गुलमोहर

फकरुद्दीन बेन्नूर

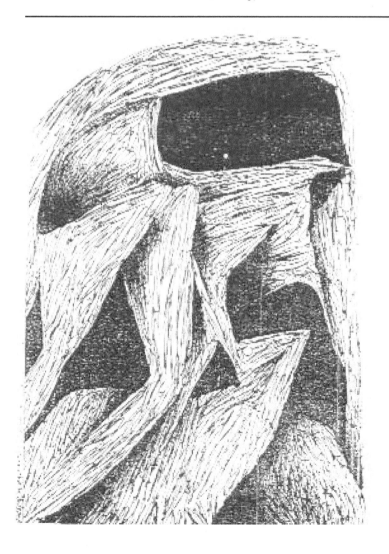

गुलमोहर

फकरुद्दीन बेन्नूर

(कविता संग्रह)

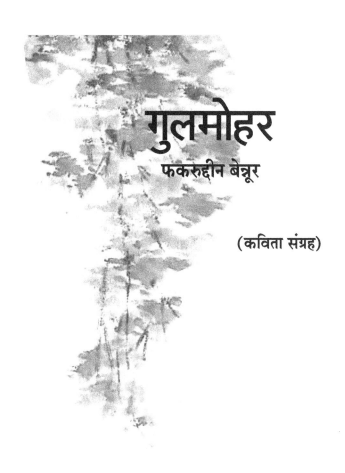

दिलीपराज प्रकाशन प्रा. लि.
२५१ क, शनिवार पेठ, पुणे - ४११०३०.

गुलमोहर (gulmohar)

प्रकाशक

श्री. राजीव दत्तात्रय बर्वे
मॅनेजिंग डायरेक्टर,
दिलीपराज प्रकाशन प्रा. लि.,
२५१ क, शनिवार पेठ, पुणे - ४११०३०.

© फकरुद्दीन बेन्नूर
कुदरत, सुंदरम नगरच्या पाठीमागे,
बेन्नूर नगर, सोलापुर-४१३००४

प्रकाशन दिनांक - १५ जुलै २०१०

प्रकाशन क्रमांक - १८११

ISBN -978- 81- 7294 - 818 - 4

टाईपसेटिंग

पितृछाया मुद्रणालय,
९०९, रविवार पेठ, पुणे - ४११ ००२.

मुखपृष्ठ व आतिल चित्रे - भ.मा. परसावळे

Website : www.diliprajprakashan.com
Email :- diliprajprakshan@yahoo.in

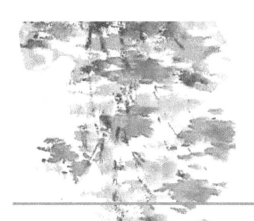

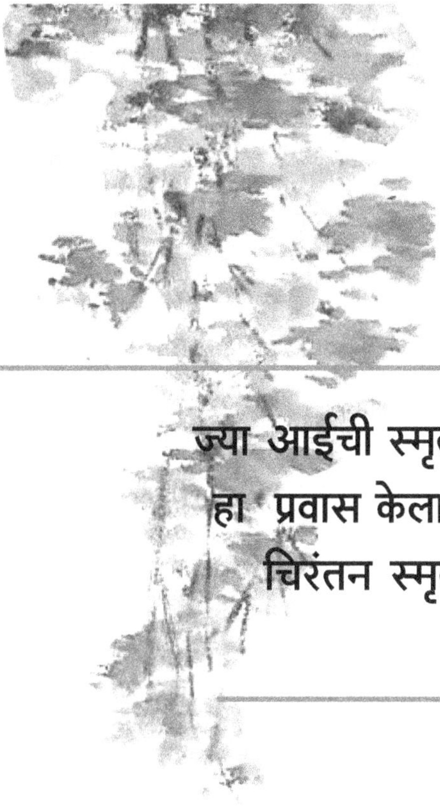

ज्या आईची स्मृती घेऊन
हा प्रवास केला, तिच्या
चिरंतन स्मृतीस

मनोगत

कविता मला बालपणापासूनच आवडत आलेली. अभ्यासाचा कंटाळा आला की हाती लागेल ती कविता वाचायचो. 'आजीच्या घड्याळा'पासून 'काढ सखे गळयातील तुझे चांदण्यांचे हात'पर्यंत. 'इफ म्युझिक इज फूड ऑफ लव्ह, प्ले ऑन!... मैंने जो गीत तेरे प्यार के खातिर लिखे, चंद चांदी के टुकडों के लिए आज उन्हे बाजार में ले आया हूँ!' वगैरे... एकट्यानेच कवितेचा अर्थ उलगडत राहायचो. अशीच कविता कधी तरी लेखणीतून उतरायला लागली–रेल्वेच्या रुळावरून, एकट्याने चालताना, चंद्रभागेच्या वाळवंटात 'ग्यानबा-तुकाराम' ऐकताना. अंतरंगांतील स्पंदनं अनावर व्हायची, ती गुपचुप वहीत उतरून ठेवायचो.

कॉलेजात शिकत असताना वयोमानापरत्वे कधी-कधी कविता वाचल्या. नंतर लक्षात आलं की, माझ्या कविता या माझ्या अस्तित्वाचा भाग आहेत. ती वाचणं म्हणजे उघडा करणे स्वतःला. जी एकच गोष्ट माझी आहे आणि माझ्यापाशीच आहे, तीही उघडी केली तर माझ्यापाशी काय राहणार? जाहीर कविता वाचणं बंद केलं. नैराश्याच्या लाटांत

- सहा -

सापडलो की स्वतःच स्वतःसाठी वाचत राह्यचो. जीवापाड जपून ठेवल्या त्या कविता, त्या फार चांगल्या होत्या म्हणून नव्हे; तर त्या माझ्यासाठीच होत्या, म्हणून. आणि त्या कविता 'कविता' नाहीत, असं मला वाटत होतं, म्हणून. लहानपणापासूनच मी संवेदनक्षम राहिलो आहे. जरा काही झालं की 'डिस्टर्ब' होतो. भूकंपमापनाचं यंत्र जसं सूक्ष्मांतील सूक्ष्म अशा भूगर्भातील क्रिया-प्रतिक्रिया नोंदतं, तसं समोरच्या माणसांत आणि अवती-भोवती होणारे बदल मनावर आघात करीत राहतात. वरून शांत, कधी-कधी निर्विकार व हसतमुखही असतो; मनात विचारचक्र सुरू झालेलं असतं, भावनांच्या लाटा येऊ लागतात. असं सुरू झालं की, पुस्तक वाचत राहतो किंवा रस्त्यावर येतो. पायी किंवा सायकलवरूनही असंच बाहेर निघायचो. फिरत राहायचो. हॉटेलात, झाडाखाली तलावाच्या काठी, कधी रेल्वे स्टेशनवर, तर कधी स्टँडवर विसावयाचो. एके काळी खूप सिगारेट ओढत असे. चारमिनार ओढत राहायचो. असाच कितीतरी वेळा, मुंबईत माहिमपासून भेंडी बाजारपर्यंत चालत राहिलेलो होतो. रस्ता मला खूप आवडतो. काही झालं की रस्त्यावर येतो, चालू लागतो आणि वादळ शांत होत जातं. असं झालं की लिहितोच असं नाही; एखाद्या फसव्या वेळीच कवितेसारखं काहीतरी कागदावर उतरत राहतं.

बहुतांश वेळा एखादा राजकीय किंवा सामाजिक विषय घेऊन लिहायला बसतो. त्यासाठी वाचत राहतो. हे गेली कित्येक वर्षं चाललेलं आहे. सामाजिक व राजकीय विषयावर लिहायचं झालं की, संदर्भ शोधावे लागतात, विचार करावा लागतो. ही प्रक्रिया सुरू झाली की, हळूहळू स्वतःला विसरतो. तेव्हा डिस्टर्ब झालो की, कविता केल्या, असं काही नाही; भाव-भावनांच्या लाटा उसळल्या आणि कविता शब्दबद्ध झाली, असंही नाही. या कविता कधी लिहिल्या आणि कशासाठी लिहिल्या, हे सांगता येणार नाही. एखाद्या अनामिक 'मूड'मध्येच त्या कागदावर उतरल्या आहेत. स्वतःच स्वतःशी संवाद करीत असताना कविता आली आहे. जे काही प्रकटतं, ते एक प्रकारचं स्वगतच असतं; एकदम व्यक्तिगत असतं, म्हणून त्या स्वतःपाशीच ठेवत आलो. कपाटात, कोणाच्याही हाती लागू

नये, अशा प्रकारे कवितेची वही ठेवलेली. प्रचंड मानसिक ताण आला की, ती वही बाहेर काढून स्वतःच वाचत बसायचो. हा केवळ माझा असलेला ठेवा अचानक इतरांच्या हाती लागला आणि चक्क चोरीला गेला. मी फार मोठं आकांड-तांडव केलं. मनाचा तोल गेला. रागाच्या भरात अनेक चुकीच्या गोष्टी केल्या. घरी भावंडांवर राग काढला. सायकल बाहेर काढली; दिवस-रात्र फिरत राहिलो. ते सर्व शब्दांतून व्यक्त करणे कठीण आहे आणि इतरांना कळणारही नाही.

माझी कविताही माझ्याजवळ राहिली नाही, ही जाणीव भयंकर होती. तेवढी एक कविताच माझी होती. सर्व काही काळाने किंवा परिस्थितीने म्हणा, हिरावून घेतलं होतं किंवा मिळू तरी दिलं नव्हतं; फक्त कविता होती, तीही चोरीला गेली. वही चोरणारा कधी सापडलाच नाही. माझी कविता अवरुद्ध झाली. १९८० च्या नंतर जीवनात खूप काही घडत राहिलं. धार्मिक, सामाजिक आणि राजकीय वादळांनी समाज उलटा- पालटा होत राहिला. आंदोलनं, चळवळी, चर्चा, प्राध्यापकी, वाचणं आणि लिहीत राहणं हे एक प्रकारचं 'रूटीनच' बनलं. कविता लुप्त झाली, ती झालीच!

मनानं घेतलं की, आपलं काहीच नाही. काहीच आपल्याला लाभत नाही. कविता गेल्याचं दुःख तरी कशाला? हे सर्व सांगणंही मला अवघड वाटत आहे. कच्च्या वहीत लिहिलेल्या काही कविता बचावल्या होत्या. ती वही कधी उघडायचे धाडसही झालं नाही. दोन-तीन वर्षांपूर्वी पाब्लो नेरुदाच्या कविता वाचत असताना चमत्कार घडला. माझ्या कवितेचा अवरुद्ध श्वास पुन्हा सुरू झाला. कविता यायला लागली. वास्तविक, १९८० नंतर मुसलमान म्हणून जगत असताना अत्यंत कठीण प्रसंग येत राहिले होते. हत्या, दंगली, जाळपोळ, प्रचंड दारिद्र्य, स्त्रियांवरील अत्याचार, बेकारी, चारी बाजूंनी बंद झालेले रस्ते... असं खूप काही घडत होतं.

आपल्या सार्वजनिक क्षेत्रात १९९० पासून तर जमातवादाला उधाण आलं, हत्याकांडं सुरू झाली. निष्पाप माणसं मारली जात राहिली. पोलिसी अत्याचार वाढले. या सर्व काळात चळवळीच्या माध्यमातून

बोलत आणि लिहीत राहिलो होतो. पण कवितेसारखं काही येत नव्हतं आणि सुचतही नव्हतं. पाब्लो नेरुदाच्या कवितेने अवरुद्ध झालेली माझी कविता अशी अचानक मला कळत-नकळत येऊ लागली- पूर्वीप्रमाणेच! कधी मानसिक-भावनिक कोंडमाऱ्यात लिहिलेली. जणू एक स्वगतच. ठरवून असं काहीच नाही. पूर्वीप्रमाणेच जशी आली, तशी लिहू लागलो. कधी व्यक्तिगत व्यथा, तर कधी समाजाच्या व्यथा. झहिराच्या रडण्याची बातमी वाचली. प्रचंड अस्वस्थ झालो. तिची कविता एकटाकीच आली. माझ्या बहुतेक कविता एकटाकीच लिहिल्या गेल्या आहेत. पुनर्लेखन असे केलेलेच नाही. एखादी कविता का लिहिली, हेही सांगता येणार नाही.

एकदा अपघातानेच माझ्या तरुण प्राध्यापक मित्राला पाब्लो नेरुदावरील कविता वाचून दाखविली. नंतर झहिरावरील कविताही वाचली. तो त्या प्रसिद्ध करण्याचा आग्रह धरून बसला. एक-दोन कविता 'वाटसरू'ला पाठविल्या आणि पुन्हा जैसे थे! मलाच माझी खात्री वाटत नव्हती; अजूनही नाही. एक-दोघांना वाचून दाखविल्या. सर्वांचे म्हणणं पडलं की, 'मी त्या प्रसिद्ध कराव्यात; कोणाला आवडो ना आवडो, आम्हाला आवडल्या आहेत.' माझ्या सार्वजनिक जीवनात माझ्या सद्सद्विवेक बुद्धीनुसार आणि सामाजिक बांधिलकीपोटी अनेक भूमिका घेतल्या होत्या. कोणाच्या रागालोभाची पर्वा केली नाही. तडजोडी करणं जमलंच नाही. फक्त माझी कविताच (?) माझ्याबरोबर येत राहिली. रवींद्रनाथ टागोरांची एक कविता आहे. ती कविता सदैव माझी सोबत करीत राहिली आहे.

"चालत रहा! एकट्याने चालत रहा
तुझ्या हाकेला प्रतिसाद दिला नाही त्यांनी
तरी एकट्याने चालत रहा
ते भीतीने मौन असतील
नकाराच्या काळसीमेवर
दडी मारली असेल त्यांनी
तरी चालत रहा..."

मी खारीचा वाटा म्हणून गेली ४० वर्षे चालत राहिलेलो आहे.

धावलोही कधी-कधी. एकटाच निघालो; एकटाच राहिलो. तसे प्रत्येक टप्प्यावर सोबती लाभले. पण मी मनाने एकटाच राहिलो. जुन्यांची साथ सुटत गेली. नवीन येत राहिली. साहिरच्या भाषेत 'ना कोई साथी ना कोई काफिला'! हृदयाच्या हाकेला प्रतिसाद देत राहिलो. माझी कविताच माझ्याबरोबर येत राहिली; आता ही कवितारूपी स्पंदनं तुमच्यासमोर ठेवतो आहे.

कधी डिप्रेशन तर कधी अनावर आवेग'
कधी पक्ष्यांच्या चिवचिवाटाने
तर कधी हळुवार फडफडटाने
शहारात राहतो
कधी पानझडीतला अनावृत्त वृक्ष
अस्वस्थ करतो.
खूप कांही घडत राहतं रस्त्यावर
आणि माझ्यात
आपल्यातच हरवलेली माणसं
भर उन्हात अनवाणी निघालेली म्हातारी
गर्दीतून पुढे सरकणारी महिला
चेहऱ्यावर तिच्या दुःख अनावर
रस्त्यावरून चालणाऱ्या माणसांच्या
सुख-दुःखाचे प्रतिध्वनी
माझ्यात उमटत राहतात
गर्दीचा हा काळविवर
त्यात बंदिस्त मी
अवचितपणे मोकळा होतो श्वास
माझा मी राहत नाही
मी पक्षी होऊन उडतो
पारवा होऊन घुमतो

- दहा -

कोकिळा होऊन विराणी आळवतो
पानांची सळसळ होतो
पाऊस होतो, डोंगर होतो
'माणूस' होतो, मी होतो!
रस्त्यावर असतो, झाडाखाली असतो
कोंडलेला आवेग शब्द होऊन येऊ लागतो
लेखणीतून उतरत राहतं काही तरी
हवं तर त्यांना 'कविता' म्हणा
माझा अवरुद्ध श्वास मोकळा करणारी
वादळं शमविणारी
जगणं माझं सुसह्य करणारी
खोल खोल माझ्या हृदयांत
भरून राहिलेली
सदैव सोबत करणारी
सहचारिणी
म्हणूनच एकदम व्यक्तिगत

-फकरुद्दीन बेन्नूर

- अकरा -

- ऋणनिर्देश -

माझ्या कवितांचे बाड घेऊन सुप्रसिद्ध कवी, लेखक आणि समीक्षक श्री. शरणकुमार लिंबाळेंच्या कार्यालयात आलो. त्यांचा माझा परिचय व स्नेह गेल्या कित्येक वर्षांचा. त्यांच्या साहित्यिक प्रवासाचा मी एक साक्षीदार आणि त्यांच्या लेखनावर, प्रतिभेवर फिदा. माझ्या कविता प्रसिद्ध कराव्यात की नाहीत, हे त्यांनी ठरवावं, यासाठी कवितेचं बाड घेऊन त्यांच्याकडे गेलो. रविवारचा दिवस ठरवून आम्ही बसलो. एकेक कविता शरणकुमारांनी मन:पूर्वक ऐकली आणि म्हटले, ''तुमच्या कविता प्रसिद्ध झाल्याच पाहिजेत. मला त्या आवडल्या आहेत.'' मला धीर आला. मी म्हटलं, त्याची जबाबदारी तुम्हीच घ्या.

त्यांनी दिलीपराज प्रकाशनाचे व्यवस्थापकीय संचालक श्री. राजीव बर्वे यांच्याकडे माझ्या कविता दिल्या. श्री. राजीव बर्वे यांनी माझा कवितासंग्रह प्रसिद्ध करण्याचा निर्णय घेतला. हे सर्व श्री. शरणकुमार लिंबाळे यांच्या प्रयत्नामुळेच शक्य झाले. त्यांनीच माझ्या कवितासंग्रहाला 'गुलमोहोर' हे नाव दिले. श्री. राजीव बर्वे यांनी या क्षेत्रात नवीन असलेल्या माझ्या कवितासंग्रह प्रसिद्ध करण्याच्या घेतलेल्या निर्णयामुळे हे सर्व शक्य झाले आहे. या दोघांचे आभार मानून मी त्यांच्या ऋणातून मुक्त होऊ इच्छित नाही. परंतु त्यांच्या स्नेहामुळेच हे शक्य झाले आहे. हे नमूद करून थांबतो.

–फकरुद्दीन बेन्नूर

अनुक्रमणिका

१. होते घर तुझे कोठे तरी	१५
२. वेदनेच्या किनारी	१७
३. मंदिर	१८
४. पुअर रॉबिन्सन क्रूसो!	२०
५. पंचविसावा पंधरा ऑगस्ट	२२
६. कफन	२४
७. दिव्यांचे खांब	२६
८. पालखी	२९
९. जिथं तिथं आईच आई!	३०
१०. हे अंगुलीमाल	३३
११. काय राहणार आहे माझ्यापाशी?	३६
१२. प्रेम	३८
१३. पाब्लो नेरुदाच्या कविता वाचतांना	४१
१४. झहिराचे रुदन	४५
१५. मीच सारा आसमंत	४८
१६. गुलमोहोर	५०
१७. गांधी अभ्यास केंद्रात गेलो असताना	५३
१८. राहू दे ना मला	५६
१९. पालापाचोळा	५९

- तेरा -

२०.	पुस्तके पुस्तके नसतातच	६२
२१.	वेदनांचा सागरतळ	६६
२२.	एवढे तकलादू का?	६८
२३.	शब्द	७३
२४.	पिंपळ पेटलेला	७६
२५.	चित्रविचित्र भास	७८
२६.	मी कोण?	८१
२७.	इतिहास	८४
२८.	चंद्र	८८
२९.	बाबासाहेब आंबेडकरांची जयंती	९१
३०.	रॉबिन्सन क्रूसो	९४
३१.	विजय तेंडुलकर	९५
३२.	असा अस्वस्थ का होतो आहे मी?	९८
३३.	२६ नोव्हेंबर २००८	१०१
३४.	तुकड्यांत कापला गेलेला मी!	१०५
३५.	युगायुगांच्या पार्थंस्था	१०७

१. होते घर तुझे कोठे तरी

या नागमोड्या मार्गावरती
होते घर तुझे कोठे तरी
म्हणून मी आलो...
वैदेहीच्या वस्त्राचं विटक्या
प्रावरण लेवूनि
अश्वत्थाम्याच्या झरत्या जखमेची
साक्ष ठेवूनी
एकाकी अविच्छिन्न या मार्गावरती
कलंक जेथे नव्हता
शतकानुशतके
मृत्यूच्या व्यभिचाराचा
मशाल घेऊनी
ऊर्मिलेच्या स्वप्नांची आलो.

पाषाणांच्या आकांताने
उल्का झाली फुले
पर्वत हा वज्रदेही
अनामिक स्मृतीने घुले...
ही नागमोडी एकाकी
अतृप्त अधाशी...
वाट संधी शोधणारी
धुक्यामधे जळे...
या जळणाऱ्या वाटेवरती
या भयाकुल आसमंती
होते घर तुझे कोठे तरी
म्हणून मी आलो...
पायाची झाली लक्तरे
आशांची झाली कस्पटे
प्रयत्नांची झाली विटंबना
स्वप्नांची उरली वेदना
तुझे कुठे तरी असलेले घर
सापडले नाही मला...!

२. वेदनेच्या किनारी

शांत या शिशिराच्या रात्री
व्यथेला फुटत नाही पालवी
शब्द निर्मम काळ्या तिमिराचे
ताऱ्यांच्या जात नाहीत कानी
भुलल्या इप्सितांचे मोती
शोधता सापडत नाहीत
वेदनेच्या किनारी
शांत या निरामय रात्री
मरणाला डुंबता येत नाही
अबोलीच्या सागरी
बर्फाळ नीरवतेला शब्दांचे साकडे
घालुनिया
लपले कोणी तिमिराकडे
शोधुनी सापडत नाही
मृत्यूला सुटत नाही कोडे
भ्रांत या निराकार रात्री
मरणांनी बहरल्या जीवनाचे!

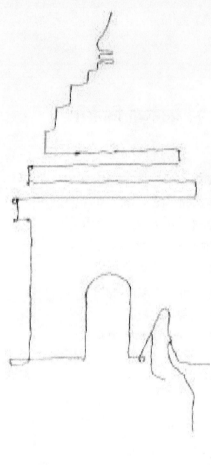

३. मंदिर

उरला आहे
अवधि फारच थोडा
येईल सांज
अंधारतील दिशा
दूर मावळतीला
डुंबेल दिवसाची आशा
अजून चालणे किती दूर
म्हणे मंदिर आहे दूर
थकली आहे काया
हा उघडा उनाडका
लांबडा रस्ता
पहुडला आहे
घेऊनी भुतावळ
दोन्ही बाजूला
झिपऱ्या पिंजारुनी
नाचणाऱ्या वृक्षांची
आणि मग...
या निर्मम अंधारल्या
मार्गावरती जाणे आहे

एकाकी...
मग हा हुंकारणारा वारा
झटेल बघुनी एकटा
वेडावेल
वृक्षांची भुतावळ
निर्मम काळ्याशार दिशा
चांदण्यांचे
विचकावूनी दात
तमलांछित करांनी
दाबतील गळा...
अन् अडतील श्वास
मग हरविल्या प्राणांनी
दाही दिशांतूनी
जाईन विरुनी
तेव्हातरी सापडेल
मंदिर
कुठे तरी असलेले!

४. पुअर रॉबिन्सन क्रूसो!

अनंत वेदनांनी बहरलेले आकाश
मघाशीच अवचितपणे मरून पडले अन्...
एकदाचा मुक्त झालो मी
आता काय?
असेच जायचे... असेच वाहायचे...
बोट जळाली आहे.
किनारा सुटला आहे कायमचा
पण...
ही पेटलेली माध्यान्ह
ऐकते कोठे...
वाऱ्याला थारा देत नाही
अन् आपण वारा पीत नाही
आता कसचे आले आहे
केप ऑफ गुड होप!
पल्याडली ती मंतरलेली उतरण
नि:शब्द निर्गुण निराधार
अन् त्या पलीकडे
विराट
सहस्रावधी लक्षावधी
अगणित अनंतांनी
गिळू पाहणारे नास्तित्व
ओम शांती... ओम शांती
चक्र
गरगरते आहे, भिरभिरते आहे
वाचवा मला... वाचवा मला...

२०/ गुलमोहर

शुकाऽ! शुकाऽऽ!! शुकाऽऽऽ!!!
हरवली आहे माझी बासरी
चिंचेच्या झाडावर चिंचाळला आहे पोपट
पुअर रॉबिन्सन क्रूसो!!
तू कसा रे आलास इथे?
तुला झाले रे काय?
तू आलास कसा इथे?
तू कसा आलास... कसा आलास...
आलास कसा...
हे राऽऽम!...
निःशब्द निराकार जंतर मंतर
किती तरी दूर जायचे आहे
जायचे आहे किती तरी दूर
पुअर रॉबिन्सन क्रूसो
तू जाणार रे कसा?
अरे,
बेट कधी सागराला ओलांडते?
सागर येतो आहे
झेपावतो आहे
कराल करांनी खुणावतो आहे
आकाशाच्या मुडद्यांवर पाय देऊन
चढतो आहे
अजस्त्र वेदनामय सगुण विकाराकार
पुअर रॉबिन्सन क्रूसो
तू जाणार कसा
तू कसा रे आलास इथे
कसा रे आलास?

❖❖

५. पंचविसावा पंधरा ऑगस्ट

मागल्या वेळी ताजमहल मला सांगत होता
तुला माहीत आहे का एकदा काय झालं?
'ते' मला विचारीत आले होते...
अंध्या युगाच्या प्रारंभी...
एका शिकाऱ्याने एक शिरकमल उडविले होते
ते सापडतच नाही किती शोधले तरी
तू तर पाहिलं नाहीस ना ते?

आणि मग मी...
एका ग्रीष्माच्या भर दुपारी
जळणारी मथुरा पाहिली
ती वखवखलेली दुपार...
पोटात भुकेची आग
गल्ल्यावर बसलेल्या भय्याला येत नाही जाग
आणि... तशात...
तो मला दिसला होता
मथुरेच्या एका मंदिरात
दर्शकांमध्ये उभा राहून
तेल चोरत होता
मी धावलो... जीवाच्या आकांताने धावलो

२२/ गुलमोहर

मला येताना त्याने पाहिले मात्र...
तो पळाला
जीव घेऊन
कपाळावरची जखम लपवित पळाला
आणि दूर यमुनाजळाने
जखमेची आग विझवू लागला...
आणि मग ते
पुन्हा आले...
भुकेलेले... दरिद्री... वखवखलेले आणि
मला विचारू लागले आता
तू एक पंचवीस वर्षीय मुक्तिदात्री
पाहिलीस?
मी म्हणालो... कमाल आहे!
अमावस्येच्या रात्री मी
ताजमहालाचे रुदन ऐकले आहे
एक अविरत झरणारी जख्म पाहिली आहे
कधी
न दिसणारी आग अनुभवलेली आहे
पण... पण... परंतु...
मी पाहिलं
ते गेले होते, दूर दूर जात होते
पाय ओढीत... थकलेले दीनवाणे

❖❖

६. कफन

मुंड्या पिरगाळलेली आणि
युगायुगाची भांग भोगून
मरगळून पडलेली 'स्थितप्रज्ञता'
तिच्या व्यभिचाराला आव्हान देणारे
प्रलयंकारी आवाज
भन्नाट सुटले आहेत कधीपासून
हरामखोर खोटारडे भंकस भडवे
सिलोनची जाहिरात ऐकून
आणलेल्या या सनलाईटने
व्यर्थ धुतो आहे.
या कफनावरचे डाग कधीपासून
सगळे ताटकळत खाजवत थांबले आहेत
दुर्गंधी सुटलेल्या प्रेतापाशी
तोपर्यंत...
मोहेंजोदारोच्या सामुदायिक न्हाणीघरांत
जाण्यास हरकत नाही
मग मी रस्त्यावरून
काठी आपटीत सावली लपवित येईन
आणि त्या काठीला लावीन
औरंगजेबाचे डोळे

२४/ गुलमोहर

रामदासाची लंगोटी
एकलव्याचा अंगठा
मेरिलिन मन्रोची बॉडी
सालारजंग म्युझियममध्ये ठेवण्यासाठी
पण... साला...
अनोळखी पिसाट लिबलिबित आवाज
घोंगावत आहेत
माझ्या कानापाशी कधीपासून
अरे थांबा थोडेसे, असे बोंबलू नका
मला एकदा
शेवटचे जाऊन येऊ दे
तिच्यापाशी
आणि मग
मी अविच्छिन्न मनाने
कफन धूत बसेन
आणि तोपर्यंत तुम्ही सूळ घेऊन
बोंबलत बोंबलत पुढे चालू लागा!

७. दिव्यांचे खांब

गेल्या किती तरी दिवसांपासून
मन कसं जखडून गेलंय...
साकळून गेलंय...
सुटण्यासाठी धडपडत आहे
तडफडत आहे
अन् असं मनाचं झालं की तडफडत राहतो
गळाला लागलेला मासा...
कसायाची सुरी फिरतानाचा बकरा...
कसला छळवाद मांडला आहे
या अनामिकाने
अणुरेणूंतून पानापानांतून
गात्रागात्रांतून कंठाकठांतून
जाणवणारी ही वेदना...
बिळाकडून बिळाकडे जाणारे
माणसांचे मुडदे...
छळाकडून छळाकडे नेणारे
आणि हे ओळख विसरू पाहणारे शहर
हे शहर एकेक आठवण विझवित
चाललेले आहे
एकेक माया हरवित चालले आहे

२६/ गुलमोहर

आणि मी मात्र
फिरतो आहे भटकतो आहे कधीपासून
रस्त्याला लागून रस्ते
रस्त्यातून जाणारे रस्ते
रस्त्यातून नेणारे रस्ते
रस्त्यातून येणारे रस्ते
रस्त्यांना डसणारे रस्ते
रस्त्यांना फुटणारे रस्ते
रस्त्यांना लुटणारे रस्ते
आणि मी मात्र...
सिगारेटमागून सिगारेट फस्त करीत
चाललोच आहे
रस्त्यामागून रस्ते झिजवित आलो
पण शब्दांना फुटत नाहीत पाय
आणि अर्थाला त्याचे काय?
आणि मी मात्र चाललोच आहे
कॅफेमागून कॅफे
भुवनापासून ते जीवनापर्यंत
इडली डोसा वडासांबार गुलाबी केटी
स्पेशल चाय
परंतु जीवघेण्या तडफडण्याला त्याचे काय?
का बरे येत नाही ही बस
मघापासून?
या साकळलेल्या रात्री
वाराही भणभणत नाही
कुत्रीही भुंकत नाहीत

रामोशी आपली गस्त
विसरला काय?
या घुसमुटलेल्या उत्तररात्री
एकेक तारा निस्तेज होऊन
निखळतो आहे
परंतु मी मात्र
कधीही न संपणारे
दिव्यांचे हे खांब मोजीत
चाललोच आहे कधीपासून!

८. पालखी

कुठे चालली ही पालखी कळेना
हिच्यासंगे चाललो धावलो नाचलो
पण चाल पालखीची संपता संपेना
पालखीच झालो, चालणेच झालो
काय काय झालो, हेही कळेना
कुणी बोलले, कुणी हासले
बाजार मांडुनी कुणी बैसले
वाकुल्या दाखवित कुणी चालले
चड्ढ्या सोडीत कुणी भन्नाटले
उद्धारक आणि सुधारक आले
संहारक आले
तो ती ते आले आणि ते आले
ते आले म्हणूनी त्या आल्या
आणि
मग 'ती'ही आली...
चालली चालली पालखी चालली
जय भोलेनाथ, जय चमचेगिरी
अरे, ही पालखी थांबवा कोणी
पेटवा दिवट्या, पेटवा मशाली
ओरडलो किंचाळलो धावलो
परंतु
ना थांबले कोणी, ना ऐकले कोणी!

❖❖

गुलमोहर / २९

९. जिथं तिथं आईच आई!

उद्या 'मातृदिन' आहे
तुमच्या आई संबंधाने सांगाल का कांही?
पत्रकार मित्र विचारीत होता
काय सांगू मी त्याला आईविषयी?
माझ्या वयाच्या चौथ्या वर्षी
अनंतात विलीन झालेली ती...
हा सारा जीवनप्रवास एकाकी मातेविना
शाळेत शिकत असताना
आई म्हणोनी कोणी आईस हाक मारी
ही यशवंतांची कविता
मास्तरांनी
भावभिजल्या आवाजात गात गात शिकवलेली
सैरभैर तेव्हां मी
जेव्हा कवि यशवंतांनीच
अनुनासिक जाड्या भरड्या आवाजात त्यांच्या
व्याकूळ होऊन आईची कविता गायिली
श्रोते तृप्त, स्तब्ध मी...

स्वामी तिन्ही जगांचा आईविना भिकारी
कोणीच नसलेला मी

३०/ गुलमोहर

आईविना पोरका
आईची कल्पना उराशी बाळगून
जगत आलेला मी
प्रेमस्वरूप आई वात्सल्यसिंधू आई
कवितेतून कल्पनेत साकारत गेलेली
श्यामची आई वाचताना
आईच्या मायेत श्याम मी
अनुभवण्यासाठी आईची माया
श्यामची आई वाचत राहिलेला
पुढे मॅक्झिम गॉर्कीची मदर
नामदेव ढसाळांची आई
दोघींनी या
माझा ताबा घेतलेला
माझ्यातला भावुक श्याम निबार होत गेलेला
हळूहळू
कल्पनेतली आई विसरायला झालं
नाही तरी
आईची पार्थिव अशी आठवण कधी नव्हतीच
तिची एकच छबी
हृदयाच्या खोल खोल पाताळात दडलेली
आई मृत्यूला सामोरे जात असतानाची
तिची छबी मरतानाची
त्याशिवाय
कोणतीही दुसरी स्मृती माझ्यापाशी नाही
बिछान्यावर पडलेली आई
तेवढीच तिची अंधुकशी स्मृती
वयाच्या चौथ्या वर्षापासून

गुलमोहर / ३१

हृदयात जपून ठेवलेली मरणासन्न आई
बहुधा डोळे उघडून तिनं पाहिलं असावं मला...

बाकी सर्व विस्मृतीचा काळोख
तिची माया सर्वत्र विखुरलेली
थकून झाडाखाली विसावलो की
सावली होऊन येणारी
गाय होऊन हंबरणारी
शेळी होऊन करडूला पाजणारी
कोकिळा होऊन आर्त साद घालणारी
रात्रीच्या एकांतात
रेशमी अंधार होऊन
मला कवेत घेणारी
बिछान्यावरील माझी आई
मरणासन्न
दु:खावेगाने व्यथित झालो की
पानापानांतून डोकावणारी पुष्पगंधा
पक्षी होऊन किलबिल करणारी
पाऊस होऊन अविरत झरणारी
चराचरांतून साकार होत जाणारी
जिथं तिथं आईच आई
माझ्यातच सामावलेली
मरणाला पार करून माझ्यात आलेली
रोमारोमांत माझ्या
सामावून गेलेली आई!

३२/ गुलमोहर

१०. हे अंगुलीमाल

भरल्या मैफिलीत टाळ्यांच्या गुंजारवात
आम्ही सत्याचे धर्माचे संस्कृतीचे
गीत गात आलो
माणसांच्या जगण्याचा महामंत्र
प्रत्येक युगाचे एक आदिम सत्य
उराशी कुरवाळीत जिभेशी घोळवित
माणसांच्या संहारातून
संस्कृतीचे महायज्ञ साजरे केले
ब्रह्म सत्य जगन्मिथ्या
धर्म सत्य माणूस मिथ्या
ज्ञान सत्य बंधुत्व मिथ्या
राष्ट्र सत्य जीवन मिथ्या

माणसाचे काय म्हणून विचारता?
माणूस?...
राजे हो!
शुद्धीवर आहात काय?
जात माणसाला जगण्याचे स्थान देते
धर्म माणसाला मुक्ती देतो
आताशा तो हजारो लाखो माणसांना

गुलमोहर / ३३

मृत्यूही द्यायला लागला आहे
धर्मयुद्ध... दहशतवादाविरुद्ध लढा
जिनोसाईड... का कोलॅटरल डॅमेज!
आणि...
राष्ट्र माणसाला सर्वस्व देते
तसे सर्वस्व हिरावूनही घेते
धर्म आणि राष्ट्र नसतील तर...
माणसाची 'पत' काय?
जनावराप्रमाणे त्यालाही चार ऐवजी
दोन पाय
उघडी नागडी धरणी फळविणारी माणसे
महाल सजविणारी अर्ध उपाशी माणसे
अपरंपार कष्टांनी
संस्कृती उजवणारी माणसे
हो, पण...
त्यांचे फारसे काय? हे चालायचंच...
आम्ही पराक्रमी ईश्वराचे पाईक
प्रेषितांची वचनं, धर्मग्रंथांचे शब्द
चुकू नयेत म्हणून
माणसांचे मुडदे पाडले
संस्कृतीच्या इज्जतीसाठी कत्तली घडविल्या
जातीच्या अस्मितेसाठी
बायका पोरांची होळी पेटविली
आणि ईश्वराच्या हातात
दिली मुंडक्यांची झोळी
हे परमेश्वरा!
आता तरी संतुष्ट आहेस ना?

प्रसन्न हो! हे अंगुलीमाल, प्रसन्न हो!
रक्ताचे पाट वाहिले तरी चालेल
घरादारांची, मुलाबाळांची
राखरांगोळीही चालेल
पण
तुझी जात, तुझे प्रेषित,
तुझे अवतार,
तुझा धर्म, तुझी संस्कृती
यांना धक्काही लागू देणार नाही
सुंदर मधुर संगीतभरल्या शब्दांनी
गाऊ धर्म-संस्कृतीच्या गाथा
आता तरी प्रसन्न हो हे परमेश्वरा...
प्रसन्न हो हे विश्वेश्वरा!

११. काय राहणार आहे माझ्यापाशी?

किती तरी दिवसांपासून
आकाश गर्द ढगाळलेले
अवचितपणे
धुवांधार कोसळणाऱ्या सरीवर सरी
या दाटलेल्या आकाशात
कधीपासून शोधतो आहे मी
तुला संदेश पाठविण्यासाठी
एक अनादि अनासक्त नभयात्री
वेदनेची फडफड पोहोचविण्यासाठी
सैरभैर चित्तवृत्ती भावगंध दाटलेले
अर्थाच्या अन्वेषणांत शब्द वाट चुकलेले
किनारे अभिलाषांचे दूर दूर चाललेले
अविरतपणे बेभान
कोसळणाऱ्या सरीवर सरी
आणि
कधीपासून मी
नि:शब्द निराकार या ऐलतीरावर उभा
वाट ही समोरली नागमोडी सर्वांगाने अंधारलेली
या आत्ममग्न
जाणिवा हरविलेल्या दिशा
अस्तित्वाच्या नेणिवाही
गिळून टाकणारा हा नभोवितानाचा अफाट अंधार
एखादा शापित गंधर्व असतो तर
कदाचित

३६/ गुलमोहर

भेटलाही असता एखादा नभयात्री
आणि
उ:शापाचीही वाट पहात बसलो असतो
परंतु
अंधारालाही व्यापून उरणारी
ही वेदना घेऊन
कधीचा नि:शब्द नि निराधार मी
वाटते
कधी तरी तुला हे कळायला हवे होते
किंवा कळाले नाही
हेच जास्त बरे झाले
कारण...
ही वेदनाही गेली तर
काय राहणार आहे माझ्यापाशी?
खरंच, काय उरणार आहे माझ्यापाशी?

१२. प्रेम

काय म्हणालीस? हो, म्हटलं तर,
प्रेम हे अगम्य आणिक रहस्यमय असते
आणि कळणाऱ्यालाच आकळते
अन् एखाद्यालाच गवसते
प्रेम अव्यक्त असते, व्यक्तही होते
या अपार विश्वाला व्यापून उरणारे
एकमेव सत्य
म्हणजे प्रेम...
प्रेम बासरी होऊन गाते
मीरा होऊन आळवते
सीता होऊन भूमिगत होते
गांधारी होऊन आंधळे होते
अश्वत्थात्म्याची वेदना होऊन
अखंड झरते
कधी ते शबरीचे बोर होते
आईचे पोर होते
बालकाचे हास्य होऊन फुलते
आईची माया होऊन रडते
कधी प्रियतमेची विराणी बनते
कधी ईश्वराचे रूप घेते

३८/ गुलमोहर

तर कधी
जंगल होऊन वडवानलाने जळते
तर रजनीगंधा होऊन दरवळते
कोकिळेची करुणा होते
समुद्राला किनारा असतो
आकाशाला क्षितिज असते
जीवनाला अंत असतो
पण प्रेमाचे काय?
प्रेम अमर्याद अन् बंधनातीत असते
बंधने स्वीकारीत नाही
प्रेम निर्व्याज असते, निरपेक्ष असते
प्रेम अस्तित्व असते
प्रेम नास्तित्व असते
प्रेम अपार असते
प्रेम अपरंपार असते
प्रेम म्हणजे
एक अंतविहीन वेदनेने मंतरलेला प्रवास
प्रेमाला शारीरिक अस्तित्वाचा
पार्थिव आभास असला तरी
ते अपार्थिव अन् अशरीरी असते
प्रेम म्हणजे
आत्म्यांचा स्व-रूपाशी झालेला साक्षात्कार
चराचराशी तादात्म्य...
परंतु...
प्रेम हे भावनांच्या हल्लकल्लोळात
आणिक
वासनांच्या ज्वालामुखीत लुप्तही होते
म्हणून...

गुलमोहर / ३९

प्रेमाचा शोध ईश्वराच्या शोधापेक्षाही
अपार असतो
ईश्वराला असतो नश्वरतेचा आधार
नश्वरता नसेल तर ईश्वरही नसेल, पण...
प्रेम हे आदिम, अनादि, अनंत असते
त्याचबरोबर
प्रेम हे दु:खमय असते
कारण
अस्तित्वाची जाणीव
ही प्रेमाची
सर्वांत शोकांतिक वेदना असते
म्हणूनच
आकाश व्यापून उरणारी
अपरंपार वेदना
प्रेमाची निशाणी बनते!

१३. पाब्लो नेरुदाच्या कविता वाचताना

प्रचंड थकवा गलितगात्र
अंधारलेला आसमंत लोडशेडिंगचा
अनाहूत भविष्याचा
थंडीला फुटलेला धुमारा
शहारणारी रात्र...
हरविलेली निद्रा...
गारठलेल्या अंधाऱ्या उत्तररात्री
कंदिलाच्या निस्तेज प्रकाशात
पानं उलटताना
पाब्लो नेरुदा म्हणाला
''सागरी पक्ष्यांच्या हरविलेल्या
चित्काराखेरीज
काय सोडून जाणार आम्ही
या बर्फाळलेल्या रेतीत''!!!
आणि...
गेल्या कित्येक वर्षांचा
कवितेचा माझ्या
अवरुद्ध श्वास
पाब्लो नेरुदाच्या या शब्दांनी

गुलमोहर / ४१

मोकळा झाला...
समुद्र अंगावर आला
अनंत वेदनांच्या लाटा उफाळत...
कवितेच्या माझ्या पंखच घेऊन गेलेला
वेदनांच्या लाटा
मौनात ओतून गेलेला
नि:शब्द तडफड
माझ्या अभ्यासिकेतील घड्याळाची
कोरडी जीवघेणी टिकटिक
संथ गतीने
माझ्या रंध्रारंधांतुनी टपकणारी...
चाललं आहे हे कधीपासून
रंध्रारंधांतुनी टपकणारी वेदना
मी विद्ध अवरुद्ध
टकटकणारं कालचक्र
पाब्लो नेरुदाच्या भाषेत
तो मी किंवा कालचक्र किंवा वेदना
किंवा कोणीही...
उपटून काढलेली स्वप्नांची पिसं
विखुरलेली इतस्तत:...
अव्याहत विस्फोट
नरभक्षक ज्वाला विझत गेलेल्या
आणि
ही शिशिराची रात्र
सर्वत्र जळालेल्या मुडद्यांचा गंध
दशदिशांत विरघळलेल्या किंकाळ्यांच्या
नीरव छाया
का निस्तेज चंद्रप्रकाश?

टकटकणारं घड्याळ
का नीरवतेची तडफड?
या उत्तररात्री
कुत्री गारठून गेलेली
भुंकायची अजिबात थांबलेली
का
किंकाळ्यांच्या पिशाच्यांनी
ताठरून गेलेली?
तेग्रीस युफ्रांटिसच्या चकव्यात
वाट चुकलेली?
का
बेस्ट बेकरीच्या किंकाळ्यांनी
ताठरून गेलेली?
का
वली दखनीच्या जळणाऱ्या कवितेत
अडकलेली?
का
टकटक ही कुत्र्यांच्या नि:शब्द
उच्छ्वासांची?
येशूच्या जन्माची ही
पंचवीस डिसेंबरची पहाट
घड्याळ होऊन येशूच्या जखमांतून
ठिबकणारे खिळे...
का
मनूच्या जळणाऱ्या प्रेतात्म्याची
तडफड?
कां
त्याच्या हिंस्त्र सैतानी शब्दांची

फडफड?
आणि
रंध्रारंध्रांतुनी शिरून
हरविलेल्या 'मी'चा
शोध घेणारी थंडी
वेदनेच्या या सागरतटी
रक्ताळलेल्या नंग्या पावलांनी
चालत राहिलेला नेरुदा!

१४. झहिराचे रुदन

सकाळपासून
प्रसारमाध्यमांचा होळी पुनवेचा
चाकोरीबद्ध रतीब सुरू झालेला
होली आयी होली आयी
सखी होली खेलन जावो री
आसमंतात
रंगभरल्या गीतांची उधळण...
मुंबईच्या न्यायालयात
झहिराचे रुदन अनावर
खूप रडली म्हणे...
आठवणीने जळत्या बेस्ट बेकरीच्या
का
नरेंद्र मोदीच्या रक्तपंचमीच्या
लालेलाल स्मृतीने?
का
आणखीन कांही
कुणास ठाऊक?
होळीच्या लाल ज्वाला
सर्वत्र माणसांची शरीरे
तांबडं फुटलेली
काळपट झालेली
झहिराच्या रडण्याचा स्वर
होळीच्या ज्वालांतून
सळसळणारा

होळीच्या ठिणग्या आकाशभर
सर्वत्र होळीच होळी
ज्वालाच ज्वाला
झहिरा होली देखन आयो री
कातरवेळ थरथरणारी
लालभडक संध्या
आकाशाला व्यापून राहिलेला प्रकाश
अनंत वेदनांच्या चोची मारणाऱ्या
तारका एकदम लुप्त...
काय झालं आहे त्यांना?
आपले चमचमणारे भाले घेऊन
गेल्या कुठे?
अस्वस्थ मी... नि:शब्द मी
हा झहिराच्या हुंदक्यांचा आवाज
थांबत का नाही?
घाबरलेली नजर माझी
आकाश धुंडाळणारी...
पाहिलं...
निंबाच्या झाडाखाली बसून
म्हातारी सूत कातत होती...
किती तरी वर्षांनी दिसली मला
सूत कातताना...
ए, आज्ये, कोणाची कफने
तयार करायचीत तुला?
सांग ना?
तिच्यापर्यंत पोहोचत नाहीये
माझा आवाज, झहिराचा आक्रोश
अभयारण्याच्या काठावरील
तलावात

४६/ गुलमोहर

चंद्रप्रकाश लवलवणारा
आजीच्या उत्तराची वाट पहात
उभा मी...
हे झहिराचे रडणे पिच्छा सोडत
का नाही?
पुन्हा माझी नजर आकाशाकडे
आणि...
म्हातारी हरिण झालेली
ये आज्ये, हरिण होऊन
पळू नकोस, उड्डाणे भरू नकोस
कफनाचे कापड तरी देऊन जा
अनंत आकाशात तू
कितीही उड्डाणे भरलीस
तरी
झहिराचा आक्रोशही
हरिण होऊन
तुझ्या पाठलागावर निघालेला
आणि
ही दोन्ही हरणे
एकदम लुप्त...
आता
चंद्राच्या हृदयात काळ्याशार
पत्तरांचा डोंगर आणिक
सर्वत्र कोलाहल, सर्वत्र ज्वाला
माझ्या स्कूटरचा वेग विलक्षण वाढलेला
होली आयी रे होली आयी!

(१४ मार्च २००६ ची संध्या! त्या दिवशी मुंबईच्या हायकोर्टाने शिक्षा सुनावल्यानंतर झहिरा रडली होती, त्याची बातमी वाचून...)

❖❖

१५. मीच सारा आसमंत

सुबाभळीचे जंगल चहुबाजूंनी
एखादाच गुलमोहोर कोठेतरी...
आडोशाला उभे कडुनिंब
सुरू पिंपळ वेड्या बाभळी
लंबू-टांग अशोक झुलणारे
मधून-मधून मोहोरलेले आम्रवृक्ष
जलद वाढणारी म्हणून
लावलेली फालतू झाडे
थंडीत झडून गेलेली
पूर्णपणे काही जळालेली देखील
शेकडो एकरांनी व्यापलेला
आखीव रस्त्यांच्या कडेला
उभ्या असलेल्या इमारतींचा परिसर...
सकाळी आणि उतरत्या उन्हातून
भटकणारे मोर
'एक्झरसाईज' म्हणुनी
झपाझप 'वॉक' घेणारी
थुलथुलीत कुर्रेबाज माणसं
सारे लक्ष कानाला लावलेल्या मोबाईलवर...
रस्त्याच्या कडेला छोट्याशा

४८/ गुलमोहर

पुलावर एकटाच मी...
दुपारी
फांद्याफांद्यांवर हुप्प्यांची सर्कस
खेडेगांवातल्या जुन्या
पीठ गिरण्यांसारखे
कुक् कुक् करणारे पक्षी
रात्रीच्या रेशीम अंधारात
पानांची सळसळ अंगावर घेत
हळुवार पावलांनी इतस्तत:
करणारा मी...
पिठुर चांदराती
विलक्षण गारव्याने मोहोरलेल्या
आसमंतात
हाडं थिजवणारी थंडी अंगावर
घेत पहाटे कुठे तरी
असाच उभा मी
एकटाच...
वृक्षांची नाजूक सळसळ
मंद मंद कानांत कुजबुजणाऱ्या वेली
"वेड्या, आम्ही आहोत ना तुझ्याबरोबर!"
मी चित्तविभोर
मी पानांची सळसळ
मीच आंब्याचा मोहोर
मीच चांदण्याची पिठुर वेदना
मीच धुक्यात हरविलेला
मीच सारा आसमंत!

❖❖

१६. गुलमोहोर

वैशाख तीव्र जाळणारा
भाजून निघालेला कण नि कण रानाचा
काही ठिकाणी तर
वाऱ्याचा श्वासच गुदमरलेला
दूरवर पसरलेल्या तप्त जंगलात
उन्हाचा कहर...
जळणाऱ्या रानाचे तप्त उसासे
जिवाची आणखीनच काहिली...
तशा या जाळणाऱ्या
भर दुपारच्या उन्हात
गर्द हिरवी झाडे...
सूर्यनारायणाला त्यांचे
गर्द हिरवे आव्हान
दूर दूरपर्यंत
उन्हाची छाती छेदित जाणाऱ्या
भन्नाट बाभळी
ढग-हरविलेले आकाश
आग ओकणारे...
कोठेतरी या हिरव्या वृक्षराजींच्या कोपऱ्यात
दूर हटून आणि मध्यभागीही
पेटलेला गुलमोहोर
एकटाच उभा
त्याची उन्हाशी स्पर्धा की
वैशाखालाच लाल लाल आव्हान!

५०/ गुलमोहर

अग्निपुष्पांनी हसणारा
हिरवाईचे 'डायमेन्शन'च बदलून टाकणारा
जंगलातील अणूरेणूंची तप्तता आणि
साऱ्या अरण्याची जाळणारी वेदना
हृदयाशी कवटाळून
स्वतःच लाल लाल पेटलेला
हिरवाईचे संरक्षण करीत उभा
विलक्षण मोहक, विलक्षण जीवघेणा
साऱ्या अस्तित्वालाच
वेदनेचे परिमाण देणारा
प्रवासात असताना
शहरा-शहरांतून भटकताना
कधी कधी गावांच्या शिवारांत
कित्येक वर्षांपासून
पहात आलेलो हा लाल लाल गुलमोहोर
व्यापून राहिला आहे
माझ्या रोमारोमांत
साऱ्या जंगलाची जळणारी वेदना
रिचवून
आपल्या रक्तवर्णी लाल लाल डोळ्यांनी
वैशाखालाच आव्हान देणारा गुलमोहोर
पाहिल्याशिवाय मन तृप्त होत नाही
हरवून जातो त्यामधे
मधून मधून
कोणत्या विचारांत हरवलात एकाएकी
तू विचारलंस
मी म्हणालो
पेटलेल्या गुलमोहोरानं

भारलं आहे माझ्या मनाचं पाखरू
कधीपासून
सतत गुलमोहोरांतच हरवून जात असतो
त्याला मी काय करू?
तू म्हणालीस
किती सुंदर असतो गुलमोहोर!
खूप आवडतो मला, मी पण
लावणारच आहे
गुलमोहोर माझ्या अंगणात
एकामागून एक दुःखाशी सामना करणारी
हास्यवदना आणिक
चमचमणारे डोळे...
तुला गुलमोहोर आपल्या अंगणात
लावण्याची गरजच काय?
शेले आठवतो?
शेले म्हणाला होता,
"वेदनांनी बहरलेली गीतंच गोड असतात!"
वेदनाच सुंदर करते सर्वांना
सायगलचं गाणं
गालिबच्या गझला
बेगम अख्तरचे सूर
दुःखाचे आयकॉन
रक्तवर्णी गुलमोहोर
त्याचं अस्तित्वच सुंदर करणारं
गुलमोहोर आहे म्हणून तर
तू आहेस, मी आहे...
सारं अस्तित्व आहे!

१७. गांधी अभ्यास केंद्रात गेलो असताना

विद्यापीठाचा आखीव रस्त्यांचा, रेखीव उद्यानांचा
परिसर
गेल्या कित्येक वर्षांचा ऋणानुबंध...
विद्यापीठाची अवाढव्य लायब्ररी
प्रशासनाची ऐटबाज इमारत
विस्तिर्ण पसरलेल्या तरू परिसरांत
विविध शास्त्रांच्या
मोठमोठ्या इमारती, संशोधन विभाग
सर्वांना जोडणारे
चक्राकार नागमोडी रस्ते
सीझनेबल फुलांनी डंवरलेल्या बागा
मधेच तयार केलेले तलाव
प्रेमिकांची कुजबुज
कांही झाडांखाली अभ्यास करणारे
वर्षानुवर्षे अनुभवित आलेलो मी
दोन हजार पाच जानेवारीच्या
शेवटच्या टप्प्यात
असाच आलेला मी पुन्हा
तोच परिसर, तीच उद्याने
तेच आखीव रस्ते

त्याच मोठमोठ्या इमारती
आकर्षक रंगकामाने नटलेल्या
नागमोडी सुंदर रस्त्यावरून
मंदगतीनं फिरायला निघालेला मी
विद्यापीठाचा 'फील' घेत
माझ्या मागून
कोणातरी चालणाऱ्याची
काठीची हळुवार टकटक
मी रस्ता चुकवून दुसरीकडे वळलेला
काठीची टकटक माझ्या पाठलागावरच
सकाळ-संध्याकाळ ही
काठीची टकटक चालूच राहिलेली...
कधी वेगाने चालून येणारी
कधी हळूहळू...
हा पाठशिवणीचा खेळ
की आंधळी कोशिंबीर?
काल रात्री दोन वाजताही
ऐकू येत होती
कडाक्याची थंडी पडलेली
त्याला थंडी लागतच नाही की काय?
काठी टेकीत चालणाऱ्या त्याच्या
चष्म्यावर थंडगार धुक्याची
चादर येतच नाही की काय?
धुक्यात हरवलेल्या वाटा
दिशा गमावलेले मार्ग
तो त्यांच्या शोधात आहे काय?
टकटकत राहते काठी

५४/ गुलमोहर

त्याचे चालतातच पाय...
अभ्यासशास्त्रांच्या इमारतीत
त्याच्या काठीचा अस्वस्थ आवाज...
विद्वानांच्या चर्चासत्रात
दालनमागून दालनं
धुंडाळत निघालेला...
काय शोधतोय या काठीचा चालक?
कोणाला शोधतोय?
कोणाच्या मागावर आहे?
या इमारती आपल्याच विश्वात...
दालनं निर्गुण निराकार! आणि
दूर दूर
खुरडत जाणारा
काठीचा आवाज!

१८. राहू दे ना मला

मे महिन्यातली ही तापलेली संध्याकाळ
पाच वाजले तरी
एक्केचाळीस बेचाळीस तापमानाने
होरपळणारा परिसर
सायंकाळीही कमालीचा उष्मा
वृक्षवेली फुलझाडे
एकदम स्तब्ध
कोमेजल्यासारखी दिसणारी
पान नि पान निश्चल आणि तापदग्ध
अंधारत चाललेली माझी
अभ्यासिका
लोडशेडिंग चाललेलं
इनव्हर्टरवर चालणारा पंखा
त्याचा हलकासा घुमण्याचा
होत असलेला आवाज
झाडांच्या पानांप्रमाणेच
मी देखील तापमय
विलक्षण स्तब्ध नि शांत...
माझ्या अभ्यासिकेतील
चारी बाजूंनी पुस्तकांचा सहवास
टीपॉय टेबल खिडक्या
सर्वत्र पुस्तके
या ढगडंवरल्या
संध्याकाळीही

प्रसन्न नि आश्वासक
या संध्याछायेतही
त्यांची इंद्रधनुष्यी मुखपृष्ठे
साद घालणारी, साथ देणारी
मी एकटाच खुर्चीवर
शांतचित्त संतृप्त
पुस्तकमग्न...
एका अनामिक नेणिवेने
भारलेला आसमंत सारा
आवाजलुप्त ध्यानमग्न
पानांच्या प्लँचेटमधून
शब्द होऊन बोलणारे
प्लेटो खलिल जिब्रान
कार्ल मार्क्स एडवर्ड सैद
मास्टर्स ऑफ पोलिटिकल थॉट
मुजीब शाकीर
पार्थ चटर्जी, सुमित सरकार
अब्दुल्ला युसूफ अली
मौलाना आझाद नि त्यांचे
तर्जुमा अल् कुराण
निर्मिकाचा धर्म सत्य आहे एक
भांडणे अनेक! कशासाठी?
म्हणून विचारणारे महात्मा फुले
चातुर्वर्ण्याला आव्हान देणारे
बाबासाहेब आंबेडकर
दासशूद्रांची गुलामगिरी
सांगणारे शरद पाटील
ऐ दिले नादाँ तुझे हुआ क्या है!

गुलमोहर / ५७

विचारणारा गालिब
साहिरचा आक्रोश
मैंने जो गीत तेरे प्यार के खातीर लिखे
आज उन्हें बाजार में ले आया हूँ!
अश्कों में जो पाया है वह गीतो में दिया है!
गालिबचा अंदाजे बयाँ
साहिरचा दर्द
कायम साथ देणारे
अभ्यासिकेतील
या सर्वांची साथ
सोडवतच नाही
कोठेही बाहेरगावी गेलो तरी
अस्वस्थ होतो
घरी कधी येईन
असे होते
शब्दांच्या प्लँचेटवरून साद घालणारे
मार्क्स खलिल जिब्रान
शहर की जगमगाती रात
और मैं आवारा आवारा फिरूं
म्हणत भटकणारा मजाज
यांचा विरह विलक्षण दर्दभरा
कसं कळणार तुम्हा सर्वांना
हे सुहृद साथीला आहेत
म्हणून मी आहे
राहू दे ना मला त्यांच्यासोबत
हरवून जाऊ दे ना मला
त्यांच्यातच शब्द होऊन...

❖❖

५८/ गुलमोहर

१९. पालापाचोळा

ज्या शहराने मला जगणे शिकविले
प्रेम दिले, कीर्ती दिली
हे शहरच आता
माझी ओळख विसरत चाललेले...
शहराच्या चौकाचौकांत
गल्ल्या-गल्ल्यांत रस्त्या-रस्त्यांवर
अनंत आठवणींचा कोलाहल...
दु:खाचे डोंगर रिचवित
बेभान भटकताना
माझ्या दु:खाने कळवळणारे रस्ते
मी जाईन तिथे येणारे रस्ते
माझ्या सायकलीबरोबर पळणारे रस्ते
मला हृदयाशी कवटाळणारे रस्ते
आता गर्दीला कवटाळू लागलेले!
बेईमान झालेले चौक
बेरहम झालेल्या गल्ल्या
याच रस्त्यांनी शिकविले होते प्रेम
दिली होती माणुसकी
दिले होते उदात प्रेमळ स्वप्न
जीवनाचे

गुलमोहर / ५९

२००२ मध्ये पार उद्ध्वस्त झालेले
आता सर्वत्र मुडदेफरास
ड्रॉक्युलांची चलती
या उफराट्या जगात
या अजनबी झालेल्या शहरांत
मला धीर देणारे
मला कुशीत घेणारे घर
विलक्षण संवेदनाशील
फुले झाडांच्या स्पर्शाने मोहरणारे
पानांची सळसळ
घेऊन सांत्वन करणारे
पक्ष्यांच्या किलबिलाटाने जागवणारे
दर्दभिजल्या वात्सल्याने मला जवळ घेणारे
हे घरही अनोळखी
होण्याच्या मार्गावर...
हे ड्रॉक्युलांचे जग
हे अजनबी बेईमान शहर
मी आता जाऊ कोठे? जाणार कुठे?
रस्त्या-रस्त्यांना विचारीत गेलो
वृक्ष-वेलींना विचारीत गेलो
लसलसणाऱ्या ऊसमळ्यांना विचारीत गेलो
सह्याद्रीच्या पठारावरीत
गावांगावांना विचारीत गेलो

विलक्षण कोलाहल...
प्रचंड आक्रोश
माझ्या आर्त हाका
सह्याद्रीच्या दऱ्या-खोऱ्यांत

६०/ गुलमोहर

घुमणाऱ्या...
परतून माझ्यावरच आदळणाऱ्या
प्रतिध्वनीने त्यांच्या
शहारणाऱ्या वृक्षवेली...
ही रोंरावत चाललेली बस लालतोंडी
खिडकीच्या सिटावरील माझे आक्रंदन
घोंगावत पाठलाग करणारा वारा
वृक्षवेली, मळे, रानफुले
स्थितप्रज्ञ जंगल
मला सामावून घेणारा आसमंत
ही रोंरावत चाललेली
बस लालतोंडी
माझ्या अस्तित्वाचा पालापाचोळा!

२०. पुस्तके पुस्तके नसतातच

कधी आजारपणात विरंगुळा म्हणून
तर उन्हाळ्याच्या सुट्टीत
टाइमपाससाठी वाचताना
तर कधी
नाथमाधवांच्या वीरधवलबरोबर
चित्तथरारक साथ देताना
तर कधी
टेनिसनचं 'इनॉक ऑर्डन'
अभ्यासल्यानंतर
अस्वस्थ होताना
तर कधी
मॉक्झिम गॉर्कीच्या 'मदर'बरोबर
क्रांतीसाठी धडपडताना
तर कधी
सानेगुरुजींच्या श्यामबरोबर
आईच्या ममतेने न्हाऊन निघताना
शरदबाबूंच्या श्रीकांतबरोबर
भटकंती करताना
'शेष प्रश्ना'मधील शिवानी समवेत
पुरुषी मानसिकतेला आव्हान देताना

६२/ गुलमोहर

शरदबाबूंच्या नायिकांची दु:खे
रोमारोमांत भिनवताना
ओ हेन्रीच्या धक्कांतिकांचे
धक्के सहन करताना
देहभान विसरून टॉलस्टॉय
गांधींचे सत्याचे प्रयोग वाचताना
अनुभवताना
तर कधी
स्टीफन झ्वाइंगचे 'बी अवेअर ऑफ दी पिटी'
वाचून विचारमग्न होताना
दांडेकरांच्या 'माचीवरील बुधा'बरोबर
जंगलमय होताना
पुस्तकवेडा कधी झालो
हे कळालेच नाही
जेव्हां ते कळाले
तेव्हां खूप उशीर झाला होता
माझ्या शरीरातले रक्त
पुस्तकहोलिक झालेले होते
पुस्तकात डुंबून गेल्याशिवाय
जगताच येईनासे झाले
पुस्तके पुस्तके राहिलीच नाहीत
हाडामांसाची अस्तित्व बनली
कथा-कादंबऱ्यांच्या पानांमधून
टॉलस्टॉय शरदबाबू टागोर
नेमाडे गोनीदा
अज्ञेय कमलेश्वर
हेमिंग्वे सॉमरसेट मॉम
यांच्याशी संवाद सुरू झाला

गुलमोहर / ६३

कार्ल मार्क्स मॅक्झिम गॉर्की
फुले आंबेडकर गांधी
रात्रंदिवस साथ द्यायला लागले
बोलायला लागले
गालिब विचारायला लागला
ऐ दिले नादाँ तुझे हुआ क्या है
मी पुस्तकहोलिक झालो
की
गालिब साहिर झालो,
हा प्रश्न अलीकडे मला उमगतच नाही
पुस्तके ही पुस्तके नसतात
सुंदर सुंदर मुखपृष्ठांचे
छानसे बाइंड केलेले
कागदाचे गठ्ठे नसतात
जिते-जागते अस्तित्व असतात ती
सुहृद असतात
विचारपूस करू लागतात
कधी सांत्वन करतात
तर कधी अश्रू पुसतात
रडवितातही, हसवितातही
संगणकाच्या पडद्यावरील
नटवे रंगीत शब्द
माझ्या पुस्तकांची जागा घेऊ शकत नाहीत
माहितीचा अमानुष पसारा घेऊन
माझ्यावर कोसळत नाहीत ती
माझ्या भावविश्वाला हळुवार फुंकर घालीत
मला जागवत राहतात ती
लॅपटॉप, इंटरनेटचे मायाजाल घेऊन

६४/ गुलमोहर

माझ्यातले मीपण
संपवित नाहीत ती
माझ्या अभ्यासिकेतील कपाटांकपाटांतून
त्यांचा
हळुवार स्पर्श
त्यांची अपार्थिव साथ
माझे अस्तित्व होतात
शब्दरूपी त्यांचे आत्मे
रंध्रारंध्रांतुनी माझ्यात
संचार करीत राहतात
पुस्तके ही पुस्तके नसतातच!

२१. वेदनांचा सागरतळ

या स्वार्थांध काळात
या निर्मम धर्मवेड्या जगात
आता अस्तित्वाचेच प्रश्न...
माझ्या हृदयाच्या खोल खोल
काळगर्भात
वेदनांचा महाजीवघेणा सागरतळ
चारी बाजूंनी बंदिस्त...
'नो एंट्री फॉर एनीबडी'
कितीही झेपावणारं
तुफान उसळलं तरी
नो एक्झिट त्याला
एकेक करीत
सारं काही नाहीसं झालेलं
तेवढा सागरतळच उरला आहे
राहू दे ना माझ्यापाशी!
नको विचारूस
वेदनेनेच या जगायला शिकवलं
विलक्षण नीरव एकान्तात...
नाही तर
माझं काय झालं असतं, कुणास ठाऊक?

६६/ गुलमोहर

वेदना आहे म्हणून मी राहिलो आहे
हिरावून घेऊ नकोस...
या सागरतळाशिवाय
काय आहे माझ्यापाशी?
प्लीज नको विचारूस
माझं अस्तित्व मागू नकोस
प्लीज!...

२२. एवढे तकलादू का?

ढग धुंद आषाढ
ठिकठिकाणी पावसाची आवर्तनं
ग्रीष्मांत होरपळून निघालेली
धरणी तृषार्त
भिजून चिंब झालेली...
महाराष्ट्राच्या कानाकोपऱ्यांतून
विठू माऊलीच्या
जीवा भेटीसाठी निघालेल्या दिंड्या
टाळमृदंगांनी धरलेला ताल
रस्त्यारस्त्यावर दिंड्याच दिंड्या
भक्तिभावाने ओथंबलेले वारकरी
तुकोबाचा विठ्ठल
जनामाई चोखोबाचा विठ्ठल
प्रेमाचा महासागर
ग्यानबा-तुकाराम ग्यानबा-तुकाराम
उरा-उरी भेटणारे
माणसांना दंडवत घालणारे
ग्यानबा-तुकाराम ग्यानबा-तुकाराम
टाळमृदंगाचा गुंजारव
प्रेमाचा महासागर...

६८/ गुलमोहर

श्रावणाच्या सरीवर सरी
हिरवाईने नटलेली सृष्टी
देवळादेवळांत भाविकांची गर्दी
हिरवे गालिचे अंथरून
येणारा पाऊसवेडा श्रावण
भक्तिरसाची फुले फुलविणारा
भौतिकतेच्या मागे धावणारे आता
मंदिरामंदिरात...
भजन कीर्तन पोथीकथन
सत्यनारायण मंगळागौरी...
आरूढ येऊन या भाविकतेवर
येणारी श्रींची स्वारी
देवपूजा नामस्मरण
गणपती स्तोत्र, ज्ञानेश्वरी पठण
सर्वत्र भाविकांचा सुकाळ

असाच माणसाला माणूसपणाची
आठवण देत येणारा रमजान
रमजानचा चांद शोधणारी गर्दी
आणि
सर्वत्र एकच हल्लकल्लोळ
रमजान मुबारक हो भाई
रमजान मुबारक हो
रमजान आला की
विलक्षण लीन भावुक होणारे
मुसलमान भाई
एकदम ट्रान्सफर सीन!
मशिदी-मशिदीत नमाजी
अल्लाह रहीम है, करीम है

गुलमोहर / ६९

रहमान है चा गुंजारव
अब्दुल रहिमान स्ट्रीट
महंमद अली रोड, भेंडी बाजार
हॉटेल-हॉटेलासमोर थांबलेले
शेकडो गोरगरीब दीन-दुबळे
रहम करो बाबा, रहम करो
एक वक्त का खाना खिलाओ!

रोज़ा इफ्तियारीची वेळ होताच
मगरीब अदा करण्यासाठी, इफ्तियारीसाठी
सुसाट वेगाने निघालेल्या स्कूटरी मोटारसायकली
चौकाचौकांत ट्रॅफिक जाम
पोलिसांच्या शिट्ट्या, दुचाक्यांचे हॉर्न
सर्वत्र एकच हल्लकल्लोळ
रस्त्याच्या कोपऱ्यावर
दुकानांच्या फळ्यांवर
मोहल्ल्यांतील मोकळ्या अवकाशात
रोज़ा इफ्तियारीसाठी बसलेले रोज़दार
येण्याजाणाऱ्याला बोलविणारे
आओ भाओी! रोज़ा इफ्तियारी कर लो
त्यांच्या आमंत्रणानेच मन तृप्त झालेले
समाजांतील रिवाजांची
खानदान पानदानांची
बंधने तुटून पडलेली
पहाटेच्या सैरीपासून
रोज़ा इफ्तियारी तराबी नमाजपर्यंत
अल्लाहच्या कृपामयतेने कृतज्ञ मुसलमान...
इबादत मश्गुल मुसलमान...

सर्वत्र श्रीहरी विठ्ठलाचा अल्लाहचा
जयघोष!...
प्रेम नि करुणेची भरती...
या दोन पायांच्या
प्राण्यांचे
माणसांत होणारे रूपांतर!
एवढे तकलादू कां?
ग्यानबा-तुकारामाच्या तालबद्ध नादांत
हरवणारी माणसे
भजन कीर्तन नामस्मरणांत रमणारी माणसे
नमाज रोज़ा इबादतमध्ये
विरघळून जाणारी माणसे...

नारा-ए-तदबीर, अल्ला हो अकबर
जय श्रीराम, जय बजरंग बली
जय शिवाजी!
करीत मिळेल ते शस्त्र घेऊन
एकमेकांवर तुटून पडतात
स्थितप्रज्ञ निर्दयतेने
एकमेकांचे मुडदे पाडतात
बलात्कार करतात
जाळपोळ, लुटालूट करतात
गरोदर मातांची पोटे चिरतात
गर्भ भाल्यावर नाचवितात
बलात्काराचा
सामुदायिक जश्न साजरा करतात
नारा-ए-तदबीर करीत
बॉम्बस्फोट घडवितात

आणि...
दूर दूर मंदिरात
श्री विठ्ठल आपला विटेवरीच उभा
आराशीत हरवलेला गणपती बाप्पा
मशिदीत अडकलेला अल्लाह
आपापल्या भक्तांच्या
उपासनेत
भक्ती-भजन-नमाजांतच हरवलेले!

२३. शब्द

शब्दांचं आपलं बरं असतं
त्यांना कसली ना खंत, ना खेद!...
मुळात कसे निर्माण झालेत
हेच त्यांना माहीत नसतं
माहीत असण्याचं कारणही नसतं
जसं–
ऋषीचं कूळ शोधायचं नसतं,
शब्दाचं मूळही शोधायला
जाऊ नये कोणी...
शोधणाऱ्याचं खरं नसतं कांही
डोकेफिरवू असतात
शब्दांचा शोध म्हणजे
आदिम काळापासूनच्या माणसांच्या
चीत्कारांचा, भावभावनांचा
जीवन, निसर्ग, विचार, जाणिवा
यांच्या आकलनाचा
रंग, गंध, स्पर्श
यांच्या होत गेलेल्या ओळखीचा
त्याच्या जगण्याचा धडपडण्याचा
काम, क्रोध आणि हिंसेचा

गुलमोहर / ७३

प्रेमाच्या तरल आविष्काराचा
शोध असतो...
डोकं चक्रावून टाकणारी
भानगड असतात शब्द
अर्थाला चकवा देऊन
कोठेतरी जाऊन बसलेले असतात
नसते त्यांना अर्थाची फिकीर
मुळात शब्दांचा अर्थ हा
त्यांचा नसतोच मुळी
उपटसुंभासारखा तो
चिकटलेला असतो त्यांना...
अर्थाला साकडे घालून
लपंडावाचा खेळ खेळत राहतात ते!
माणसानेच शब्द जन्माला घातले
लय, छंद, आकार दिला त्यांना
अर्थ दिला, अस्तित्व दिले
आणि
आता हे शब्द कृतघ्न झाले आहेत
आपली ओळख आणि जन्मदात्याचे ऋण
विसरले आहेत
दुष्ट, हिंसक आणि बेरहम
होत गेले आहेत
माणसाचे गुलाम असणाऱ्या शब्दांनी
माणसालाच केलं आहे गुलाम!
दंगली घडवू लागले आहेत
कत्तली, जाळपोळ, लुटालूट
करू लागले आहेत
द्वेष-हिंसेचा वणवा पेटविला आहे

७४ / गुलमोहर

उच्छाद मांडला आहे शब्दांनी...
कपटी हुकूमशहा झाले आहेत
कठीण झाले आहे
सुटका होणे त्यांच्यापासून
त्यांच्या हुकूमशाही गुलामगिरीपासून
शब्दधुंद झालेल्या माणसाला
त्यासाठी
जावे लागेल शब्दांच्या पलीकडे
अस्तित्वाचा अर्थ आणि आशय
शोधावा लागेल
कदाचित
घडेलही हे...
कोणी सांगावे?

२४. पिंपळ पेटलेला

घर, पुस्तकं, गाव, आठवणी...
जंगल, समुद्र, बर्फाळ अवकाश...
मी बसलेला पिंपळाखाली
अविचल, असहाय
कल्पनेच्या भराऱ्या
स्वप्नांचे प्रवास
मीच स्वप्न, मीच भराऱ्या
पिंपळपानांची सळसळ मीच
माझ्या अस्तित्वाच्या कणाकणांत
सळसळीवर आरूढ होऊन
मुशाफिरीला निघालेला
एकाकी मुसाफिर!
भराऱ्यांवर भराऱ्या
निबिड जंगलातली पायपीट
परुळेकरांच्या 'आमचे जग'मधून
ऑस्ट्रेलियाची सफर
टुंड्रा प्रदेशाची वारी
आफ्रिकेच्या जंगलात
हरविलेली वाट
देशोदेशींच्या कथा

७६ / गुलमोहर

जगण्याच्या व्यथा
आकारांचे तांडवनृत्य आणि
अचानक
सळसळींचे पंखच छाटले गेलेले
एकाच वेळी मुशाफिरी
आणिक
पिंपळाखालील दगडावर स्थिर शरीर माझे
रक्तगंधाने भरलेल्या दाही दिशा
बलात्कार, अत्याचाराच्या लाटा
तुकडे देशांचे, माणसांचे
स्वप्न दगडांचे तुकडे
विखुरलेले
माझे अस्तित्व छिन्न-भिन्न
प्रचंड कोलाहल, दगडी शांतता
हिमालयाला भेदून जाणारा
संताप
विखुरलेल्या दगडी तुकड्यांची
झालेली शस्त्रे
त्यांना फुटू लागलेले भाले
प्रचंड खणखणाट
मी ढिम्म छोट्या पिंपळखाली आणि
पिंपळ पेटलेला!

❖❖

२५. चित्रविचित्र भास

काय झालं आहे, कुणास ठाऊक?
चित्रविचित्र भासांनी
हादरून गेलो आहे
कशाची ही भीती
पिच्छाच सोडत नाही
कुठं कांही खुट्ट झालं की
घाबरायला होतं
'टेन्शन'चा अ‍ॅटॅक येतो
परवाच मी आमच्या माळ्याला
म्हटलं, बाबा रे!
बागकामासाठी आणलेली
कुऱ्हाड, करवत, कुदळ, फावडा
नको ठेवूस घरात
गाडून टाक किंवा विकून ये
पोलिसांना कळलं की घेऊन जायचे
बाळगले म्हणून थचऊ
अघ४७ चा ही पुरावा तयार
केला जायचा
दहशतवादी म्हणून फासाला
जाईन किंवा

तुरुंगात कुजत मरेन!
किमान राईट टू पीसफुल
डेथ तरी मिळावं, ही अपेक्षा आहे...
माझ्या आई-वडिलांनी
फकरुद्दीन हे नाव
का ठेवलं, कुणास ठाऊक?
मी फकरुद्दीन का
सोहराबुद्दीन,
अफजल गुरू?
कोणी फकरुद्दीन म्हणून आवाज
दिला की
विलक्षण घाबरून जातो
सोहराबुद्दीन असं
ऐकू आलं, तर काय करायचं?
सचिन वाझे तर आसपास नाही ना?
या विचारांनी
कावरा-बावरा होतो
पोलिस बघितला की
बीपी वाढायला लागतो
आजकाल दिवसाढवळ्या
रस्त्यावरून जाताना वाटत राहतं
आपल्याकडे कोणीतरी पहातंय
संघवाला होता का तो?
सावरकर, गोळवलकर, मोदी, अडवाणी
यांचा अनुयायी तर नव्हता?
का गुजरातमधला
पोलिस अधिकारी होता?

गुलमोहर / ७९

का १९९२ च्या मुंबईच्या
दंगलीतला पोलिसवाला
शिवभक्त होता?
का जॉर्ज फर्नांडिसचा चेला होता?
कोण होता तो?
गुजराती तर नव्हे ना?
का सिलिकॉन व्हॅलीवाला
एन. आर. आय. होता?
कोण बरं असेल तो?
संघपरिवाराला
क्लीन चिट देणाऱ्या
जेपींचा अनुयायी तरी
नसेल ना?
अशा विचारांनी
भुगा होऊ लागला आहे मेंदूचा
काही खरं नाही माझं...

२६. मी कोण?

बऱ्याच वेळा माझा हॅम्लेट होतो
'टू बी ऑर नॉट टू बी' यामुळे नाही
असा प्रश्न पडण्याचे कारणच नाही
कारण आय ॲम हियर
हे वास्तव आहे
मी कोण आहे? कोऽऽ अहं?
प्राचीन काळी पडलेला प्रश्न
नाही पडत मला
तत्त्वचर्चा, ब्रह्मांड, आधिभौतिकता
मी आणि सत्य, पंचमहाभूते
मित्रा! या पास्ट-टाईम बिझिनेसशी
माझं काय देणं-घेणं?
निबिड अरण्यांतील उपवन
नर्मदेचा घनगंभीर खडकाळ निवारा
जीवघेण्या गर्दीपासूनचा
एकांत विजनवास...
ही 'लक्झरी' आता राहिलेली नाही...
प्रदूषित नद्यांचे किनारे
बोडकी होत जाणारी अरण्ये
धरणांचे बकासूर

गुलमोहर / ८१

गर्दीतला स्त्री-पुरुषांचा एकांत
जागा मिळेल तिथे दिसणाऱ्या
नर-माद्या
हीच माझी निवारास्थळे आहेत
मी शोधतो आहे मलाच
सर्वत्र
भ्रामक भूतकाळात वाट चुकलेल्या
जमातीमध्ये
मी कोण आहे याचे 'लेबल'
इतिहासानेच कपाळावर नोंदविलेले
या भूमातेत अंकुरलेला जीव
की
परकीय?
मी माणूस की धर्मांध जनावर?
मातीचा गोळा की
शस्त्राचं अणकुचीदार टोक?
मी कोण्या देशाचा
कोणत्या मातीचा
परग्रहावरील आगुंतक की
बलात्कारी आक्रमक
संहारक लुटेरा?
माझे माणूसपण ओरबाडले जाताना
किंकाळ्यांच्या नाद-तालावर
जनसमूहांचे तांडव...
मी इतिहासाचा गुलाम
वर्तमानाचा बळी
तेव्हां माझा नसण्याचा प्रश्नच नाही

मी आहे म्हणूनच
रक्तयात्रा काढून
सिंहासने काबीज केली जात आहेत
माझ्या जनावरपणाच्या खुराकावर
सांस्कृतिक राष्ट्रवादाचा
रक्तवैभवी
वर्तमान साकार होतो आहे
तेव्हां मी नसण्याचा प्रश्न नाही
माझं असणं हे जसे वास्तव आहे
तशीच
ती 'त्यांची' गरज आहे!

२७. इतिहास

साबरमतीचा म्हातारा म्हणाला होता,
''इतिहास म्हणजे असे होऊन गेले''
कसे होऊन गेले, कोणी केले
भूलभुलय्यात या
अडकलो आहे कधीपासून
इतिहास– 'हिस्टरी' म्हणजे 'हिज स्टोरी'
'त्याची' म्हणजे
कोणाची कहाणी?
बादशहाची कहाणी की राजाची?
हजारो वर्षांपासून पृथ्वीवर
रहात आला आहे माणूस
जीवनाशी त्याचा अविरत संघर्ष
जगण्याचे, घडविण्याचे विस्मयकारक
प्रयत्न
जणु अफाट अवकाशात
समुद्राशी झुंज देणारा हेमिंग्वेचा म्हातारा
जंगल, प्राणी, भूकंप, ज्वालामुखी
समुद्र, मासा, वादळ, पाणी
मीरेची वीराणी, तुकोबाची अभंगवाणी

८४ / गुलमोहर

त्यांचे काय?
इतिहासाशी काय संबंध त्यांचा?

कोट्यवधी माणसांच्या मुडद्यांवर
पाय ठेवून उभा राहतो
तो असतो इतिहास!
बंकिमने केली होती उरबडवी घोषणा
आम्हाला इतिहास नाही
इतिहास घडविला पाहिजे
तेव्हापासून एका इतिहासाचा प्रारंभ
पोहोचला आहे गुजरातपर्यंत
सत्तेची गोमटी फळे देणारा
कल्पवृक्ष म्हणजे इतिहास
इतिहास घडत नसतो, मूर्ख कुठला!
घडविला जातो, तो इतिहास!
तो क्रूसेडपासून सुरू होऊन इराकपर्यंत पोहोचतो
गझनीपासून सुरू होऊन
बाबरी मशीद गाठतो
'अन्ल हक'पासून ते 'हे राम'पर्यंत येतो
जंबुक, एकलव्याचा इतिहास?
शूर्पणखेचा इतिहास?
काय संबंध त्यांचा इतिहासाशी?
इतिहास असतो राणा प्रतापचा
इतिहास असतो
फ्रान्सच्या समुद्रात उडी घेणाऱ्या
सावरकरांचा
इतिहास बनतो शूर्पणखेचे नाक
छाटणाऱ्या लक्ष्मणाचा

गुलमोहर / ८५

१८५७ च्या लढ्यात स्वातंत्र्याच्या
हजारोंनी हौतात्म्य पत्करले...
हसत-हसत तोफेच्या तोंडी गेले...
झाडाझाडांवर लटकले
म्हाताऱ्या बादशहाची नागडी करून
मारलेली मुले?
चुनखडीत गाडला गेलेला बादशहा?
त्यांचा इतिहास!

इतिहास मंगल पांडेचा
हजारोंना कंठस्नान घालणाऱ्या क्रूसेडरांचा
इतिहास अत्याचारी मुस्लिम टोळ्यांचा
इतिहास हिटलरची छळछावणी
इतिहास बंकिमची देववाणी
इतिहास असतो 'यांचा','त्यांचा'
पण खरा इतिहास 'आमचाच'
कोणी तरी म्हणाला
'हिस्टरी इज फॉरेन कंट्री'
तिथे लोक कांहीही करतात
ते त्यांच्या इतिहासात असेल
राष्ट्रभक्तांनों! तो काय म्हणाला?
हिस्टरी इज फॉरेन कंट्री?
देशद्रोही कुठला!
आमचा इतिहास प्रभू श्रीरामाचा इतिहास
इतिहास ही आमची मातृभूमी
वंदे मातरम!
इतिहास आमचा वर्तमान
पण इतिहास केवळ वर्तमान नसतो,

तो भूतकाळ आणि भविष्यकाळ असतो
इतिहास हा शस्त्र असतो
अस्त्र असतो
इतिहासानेच शत्रूंचा, विरोधकांचा
विनाश करावयाचा असतो
इतिहास हा माणसांचा नसतो
इतिहास हा पराक्रमाचा असतो
शत्रूंचा नायनाट म्हणजे इतिहास
गौरवशाली हिंसा म्हणजे इतिहास

माणसांच्या सुख-दुःखांचा, जीवनसंघर्षांचा
इतिहासाशी काय संबंध?
इतिहास हा माणसांचा नसतोच मुळी
हिस्टरी इज नीदर हिज स्टोरी
नॉर सोम्यागोम्याची स्टोरी
इतिहास हा स्टोरी नसतादिलेच
इतिहास असतो सूड!
इतिहास असतो सत्ता!

२८. चंद्र

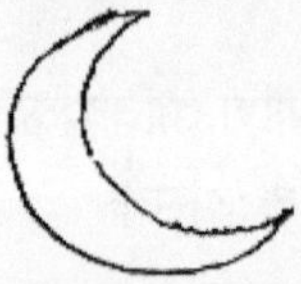

आज पहाटे-पहाटेच
तो मला दिसला होता
आजूबाजूला उत्तुंग
झोपेत असलेल्या इमारती
भूमितीचे सर्व आकार साकारलेले
मधेच एक उघड्या अवकाशाचा तुकडा
समोर एक विशाल वृक्षराज डुलणारा
औदुंबरच असावा तो
त्याच्या दोन्ही बाजूंना उभे
उंचाडे नारळ झुलणारे
मंद मंद वाहणारा पहाटेचा वारा
आणि वृक्षराजाच्या शिरावर कललेला तिरका चंद्रमा
इमारतींच्या बेचक्यांत सापडलेला
आकाशात हळूहळू विरत जाणारा
सौंदर्यवतीच्या रेखीव भुवईप्रमाणे
चंद्रकोर झालेला
सकाळचे सहा वाजून गेलेले
सर्वत्र चैत्रातील पानझड

८८ / *गुलमोहर*

चालताना
होणारा सुकल्या पानांचा करकराट
आजकाल आकाशाकडे पहायला
मनच होत नाही आणि उसंतही नसते
का कुणास ठाऊक,
झपझप चालत असताना एकाएकी
आकाशाकडे लक्ष गेले आणि
तो दिसला किंवा असं म्हणूयात की
दिसली ती चंद्रकोर...
विलक्षण रेखीव, क्षणाक्षणाला विरत चाललेली
अनिमिष नेत्रांनी चंद्रकोर ती
हृदयात साठवित उभा मी रस्त्याच्या कडेला
कमालीची रेखीव आणि अतिसुंदर
हळुहळु प्रकाशमान होत चाललेलं क्षितिज
शुक्रतारा आधीच निघून गेलेला
'प्रकाशाचे दूत' संथ पावलांनी येऊ लागलेले
आणि चंद्रकोर
पूर्णपणे अदृश्य झालेली
तसाच खुळ्यागत उभा आहे मी या
दिवस-रात्रीच्या काठावरती
बालपणापासून चंद्राचे वेड डोक्यात शिरलेले
सतत चंद्राच्या शोधात
कधी पौर्णिमेचा अख्खा
लखलखणारा चंद्रमा
कधी नाजुक रेखीव चंद्रकोर
तर कधी कातरवेळी
निस्तेज होत जाणारा उदासवाणा
चंद्र पाहिला की तृप्त होत जाणारा मी

गुलमोहर / ८९

चांदण्यांत हरवणारा मी
कुसुमाग्रजांचे चांदण्यांचे हात
चराचरांत पाहणारा मी
चंद्रचांदण्यांचे वेड हात धुऊन मागे लागलेले
नदीकाठच्या पांढुरक्या
मुलायम खडकांवर सांडलेले चंद्र-चांदणे
दूध समजून चाटणारी बालकवींची पाडसे
विलक्षण सुंदर आणि विलक्षण दर्दभरी
असाच निघालेलो चांदण्यांत
सोबतच्या मित्राला म्हटले
पहा किती सुंदर चमचमणारा चंद्रमा
चंद्राइतका या पृथ्वीवर
दुसरा कोणी सुंदर नाही
असा अपार्थिवही नाही आणिक
क्षणभंगुरही नाही
प्रेमवेदनेने चमचमणारा
मित्र म्हणाला, बरोबर आहे
तुम्हा मुसलमानांना चंद्रच आवडणार...
मी एकदम चकित उद्ध्वस्त
मुळापासून उखडला गेलेला
चंद्राचा संबंध मुसलमानाशीच?
हिरव्या हिरव्या निसर्गाचं काय?
लसलसणाऱ्या वृक्षवेलींचं काय?
हिरव्या चाफ्याचे काय?
पाचूचे गालिचे आंथरून
पहुडलेल्या धरणीमातेचे काय?
आणि...
माणसांचे काय?

❖❖

९० / गुलमोहर

२९. बाबासाहेब आंबेडकरांची जयंती

ज्या पाकिस्तानच्या धार्मिक राष्ट्रवादाची
बाबासाहेब आंबेडकरांनी
'थॉट्स ऑन पाकिस्तान'मधून
समीक्षा केलेली
त्याच पाकिस्तानातील कराचीमध्ये
चौदा एप्रिल दोन हजार सातला
जाणून घेण्यासाठी बाबासाहेबांचे विचार
समजावून घेण्यासाठी
त्यांचा अस्पृश्यतेविरुद्धचा लढा
ठेवलेल्या जयंती कार्यक्रमात
माझं जाणं
हा इतिहासाने टाकलेला गुगली
प्रस्थापित समीकरणांच्या
दांड्या उडवणारा होता

'थॉट्स'मध्ये बाबासाहेबांनी
धर्माचा मुद्दा
अधोरेखित करीत-करीत केलेली मांडणी
धर्माचे मोनोलिथ आणि
राष्ट्र नावाच्या कल्पितांवर भर देणारी

गुलमोहर / ९१

'आय ॲम अन्टचेबल'ची घोषणा देऊन
समतेचा लढा उभा करणाऱ्या
बाबासाहेबांची
स्मृती जागविण्याऱ्या कराचीतील
समतावाद्यांच्या विचारमंचावर
रेननच्या या प्रतिपादनाचे
पितळ उघडे केले जाणे
चक्रावून टाकणारे होते

हिंदूंच्या शोषणापासून सुटण्यासाठी
पाकिस्तान!
या सरंजामशाही प्रचाराला
मूठमाती देणारे
एका धर्माचा दुसऱ्या धर्माकडे जाणारा प्रवास
शोषण नष्ट करणारा कधीच नसतो, हे दाखविणारे
पाकिस्तानील वास्तव!
हितसंबंधांच्या...
सत्ताकारणावर प्रकाश टाकणारे होते

बाबासाहेबांच्या 'थॉट्स'मधील संदर्भांना
बाबासाहेबांचीच प्रेरणा घेऊन
आव्हान देणारी
बाबासाहेबांची पाकिस्तानमधील
दोन हजार सातची जयंती...

समतेच्या लढ्याचे प्रेरणास्थान
म्हणून
बाबासाहेबांना स्वीकारणारी...

हिंदुस्थानातील
धर्मांच्या मुळाशी असणाऱ्या
जातींच्या उतरंडाची जाणीव जागविणारी
बाबासाहेबांची जयंती
'थॉट्स'वर विचार करायला लावणारी
भारतीय संविधानाची प्रेरणा स्वीकारणारी
कराचीतील बाबासाहेबांची जयंती
भारत आणि पाकिस्तान
दोन्हींपुढे
आव्हान उभी करणारी!

❖❖

३०. रॉबिन्सन क्रूसो

अज्ञात निर्मनुष्य बेटावर
फेकला गेलेला रॉबिन्सन क्रूसो...
माणसांच्या शोधात असलेला
साथीला हिरवागर्द लाल चोचीवाला पोपट
आणि नंतर एक माणूसही
परतीच्या अभिलाषेने जगत राहिलेला
गर्दीची स्वप्ने पाहणारा
रॉबिन्सन क्रूसो!...
अलीकडेच तो मला दिसलेला
बेटाच्या अलीकडील
जाणिवालुप्त लक्षावधींच्या
गर्दीत अडकलेला
एकाकी भटकणारा
गर्दीत माणूस शोधणारा

अनोळखी मुखवट्यात हरवलेला
परतीची वाटच नसलेला
शोकात्म
मी त्याच्या मागावर
मला झुकांड्या देऊन अदृश्य होणारा
आणि अचानक दिसणारा
माझ्याच मागावर असल्यासारखा
आडवा येणारा आणि
नाहीसा होणारा!

❖❖

३१. विजय तेंडुलकर

विजय तेंडुलकरांचं जाणं तसं अनपेक्षित नव्हतं
परंतु तरीही
त्यांच्या मृत्यूच्या बातमीने
कालवाकालव झाली हृदयात
वेगवान स्पंदनं
जीवघेणा निर्मम असा अपरिचित प्रदेश
अनामिक अवकाश
नि:शब्द बसून राहिलो
तसा त्यांचा माझा परिचय
भेट वगैरे काहीच नव्हतं
'ए टू झेड' त्यांची सर्व पुस्तकंही वाचलेली नाहीत
सर्वच्या सर्व नाटकंही पाहिलेली नाहीत
मुंबईत आम्ही घेतलेल्या
मुस्लिम मराठी साहित्य संमेलनाला त्यांचं येणं
अनेकांना धक्कादायक होतं
तेवढंच त्यांना
प्रत्यक्ष पाहिलेलं आणि ऐकलेलं
वाचत राहिलो वर्तमानपत्रांतील
त्यांच्यावरील मृत्युलेख

गुलमोहर / ९५

माणसं शोधणारे तेंडुलकर...
माणसांच्या जगण्यातल्या दुःखाचा वेध घेणारे
तेंडुलकर
पावलोपावली आढळणारा
माणसांतला हिंसकपणा चितारणारे तेंडुलकर
मराठी नाटकाला जीवनवेधी बनविणारे तेंडुलकर
इत्यादी इत्यादी...
इतिहासातील 'नोस्टॅल्जिया' आणि
राष्ट्रजागृतीच्या नावाखाली
इतिहासाचे मिथक जोपासणाऱ्या
मध्ययुगीन राजसत्तांच्या संघर्षाचे गुऱ्हाळ चालवून
धर्मवाद पोसणाऱ्या
मराठी नाटकाला
माणसांत आणणारे तेंडुलकर गेले
बाबरीच्या पतनानंतर
रक्ताची रंगपंचमी खेळली जात असताना
आणि
२००२ च्या गुजरातमध्ये
मुसलमानांची सामुदायिक कत्तल
निर्घृणपणे साजरी केली जात असताना
मूक-बधिर होऊन पाहणाऱ्या मराठी साहित्याला
अमानुषतेच्या गर्तेतून
बाहेर काढण्याचा प्रयत्न करणारे तेंडुलकर गेले
"मला कोणी पिस्तुल दिले तर
नरेंद्र मोदीला ठार करीन''
असं दुःखावेगाने तळमळत म्हणणारे तेंडुलकर गेले
एकनाथ-तुकारामापासून सुरू झालेला
माणुसकी जोपासणारा

दीन-दुबळ्यांना कवेत घेणारा
माणसांच्या दु:खानं कळवळणारा
अन्याय घडो कोठेही, चिडून उठू आम्ही
अशी ग्वाही देणारा
मराठी साहित्याचा प्रवास
तेंडुलकरांपाशी येऊन थांबलेला
निर्मनुष्य अनाकलनीय चौफुला
अशी पाखरे येती, असं म्हणत म्हणत
पाखरू होऊन उडून गेलेले विजय तेंडुलकर!

३२. असा अस्वस्थ का होतो आहे मी?

असा अस्वस्थ का होतो आहे मी?
घर तर कधीच जळालं होतं
माणसांच्या जंगलातून उघडा
भटकत होतो वणवण कधीपासून
त्या
माणसांच्या जंगलालाही लागली आहे आग
काय म्हणालास?
त्या आगीचा संबंध 'माणसाशी'
हा प्रश्न

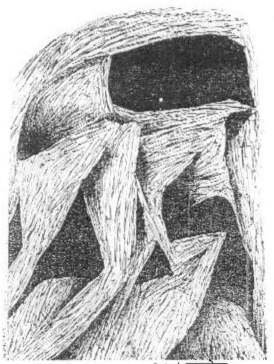

माणसांचा आहे, मानवतेवरील अरिष्टाचा आहे
मुसलमानांचा नाही!
अरे, पण... मी
भारतीय मुसलमान आहे
'मुसलमान' आणि 'भारतीय'?
इम्पॉसिबल... अकल्पनीय...
विचार त्या छोट्या सरदाराला
भारतीय असूनदेखील
एटीएसने
अमानुष छळ केला मालेगावच्या देशभक्त
हिंदूंचा
केली मानवी हक्कांची पायमल्ली
हैदराबाद प्रकरणी पकडलेल्या मुसलमानांच्या
गुदद्वारांत घातली नाणी अन् काठी
कबुलीजवाब मिळविण्यासाठी!
देशद्रोह्यांना असंच करावं लागतं
अरे, २६ नोव्हेंबर २००८ च्या काळरात्री
मुंबईवर अमानुष हल्ला केला त्या नराधमांनी
निष्पाप माणसे मारली
नरिमन हाऊसमधल्या ज्यूंची कत्तल केली
किती भयंकर!
वाचलं नाही? रकानेच्या रकाने भरून
लिहीत आहेत आपली प्रिय प्रसारमाध्यमे
निष्पाप माणसे मारली त्यांनी
"गुजरातमध्ये
भाल्यावर नाचविले गर्भ
चिरली आया-बहिणींची पोटे!"
अरे, तो तर आमचा अभिमान

रानटी जनावरांना ती दिली गेलेली शिक्षा
त्यांचा माणसांशी,
मानवतेशी काय संबंध?
इराकमध्ये
जॉर्ज बुशने पाच लाख निष्पाप बालके मारली
मनमोहनसिंगांनी दिलेली त्याला ग्वाही
आम्ही भारतीय, जॉर्ज बुशवर विलक्षण
प्रेम करतो
पाच लाख इराकी मुले मारली म्हणून?
अरे, रानटी जनावरांचे
काय घेऊन बसला आहेस मघापासून
माणसांचा विचार कर
आता
माणसांच्या जंगलालाही लागली आहे आग
पळतो आहे मी
गंगाजलाच्या आबे जमजमच्या शोधात
गंगाजल भाजपच्या बाटल्यांत बंदिस्त
आबे जमजमवर वहाबींचा पहारा
माणसांच्या जंगलाने
आता घेतला आहे विलक्षण पेट
सर्वत्र तडफड, तडफड आणि किंकाळ्या!

१०० / गुलमोहर

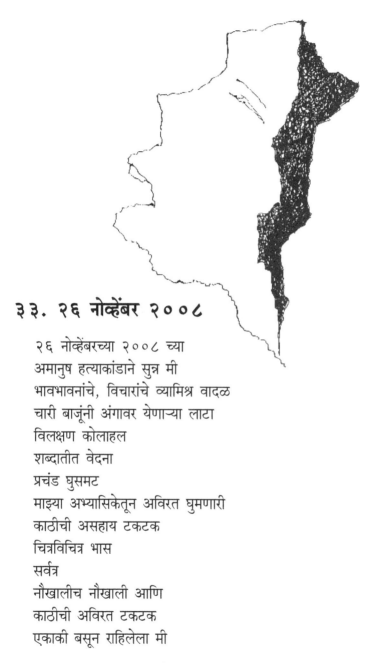

३३. २६ नोव्हेंबर २००८

२६ नोव्हेंबरच्या २००८ च्या
अमानुष हत्याकांडाने सुन्न मी
भावभावनांचे, विचारांचे व्यामिश्र वादळ
चारी बाजूंनी अंगावर येणाऱ्या लाटा
विलक्षण कोलाहल
शब्दातीत वेदना
प्रचंड घुसमट
माझ्या अभ्यासिकेतून अविरत घुमणारी
काठीची असहाय टकटक
चित्रविचित्र भास
सर्वत्र
नौखालीच नौखाली आणि
काठीची अविरत टकटक
एकाकी बसून राहिलेला मी

सीएसटीच्या प्लॅटफार्मवरील
मरणाऱ्यांच्या किंकाळ्या
आरडाओरडा
स्टेनगनचे आवाज
बेभान पळणारी माणसे
आणि
दहशतवादी हल्ल्याचे मार्केटिंग करणारी
दृक्‌श्राव्य माध्यमे
एकमेकांवर कुरघोडी
करण्याच्या प्रयत्नांतले उंदीर
सर्वत्र उंदरांचीच चलती
आणि बोलतीही
बधिर बसून राहिलो मी
माझ्या अभ्यासिकेतील वाजलेली
फोनची रिंग अचानक
दचकून घेतलेला रिसिव्हर हातात
आणखीन काय काय ऐकायला मिळणार मला?
भीतीने या वाढलेला रक्तदाब
मित्र बोलत होता–
जमणार आहोत आम्ही काहीजण संध्याकाळी
तुला यायला पाहिजे
ते विचारताहेत
जाहीर निषेध का केला नाहीस तू?
मी म्हटले, अरे पण
पण-बिण काही नाही, तू ये आणिक
स्पष्टीकरण दे, बोल,
माथेफिरू लष्करे तय्यबाच्या अतिरेक्यांच्या
कृत्यांशी माझा काय संबंध?

पाकिस्तानी दहशतवाद्यांशी माझा काय संबंध?
अरे, एकच आहेत जगातले सारे मुसलमान
तू त्यांच्यापैकी नाहीस,
हे सिद्ध करण्यासाठी निषेध हवा
हे कळत कसं नाही तुला?
संताप माझा अनावर
सीएसटीमध्ये मारले गेलेले
माझे बांधव नाहीत का?
त्यांचा मी कोणीच नाही?
या कायनातचा मी एक अंश
तेव्हा त्यांच्याशी माझा संबंध नाही?
नंतर आलेली बकरीद
बकरीदच्या प्रार्थनेच्या बातम्या
अमक्या ईदगाहच्या इमामांनी
आणि तेथे जमलेल्या
हजारो मुसलमानांनी व्यक्त केला निषेध
बातम्यांवर बातम्या
साऱ्या भारतातील ईदला जमलेल्या
मुसलमानांनी केलेल्या निषेधाच्या बातम्या
निषेध–निषेध–निषेध
निषेधच निषेध!
देशद्रोही नसल्याचा आक्रोश
जगातले सारे मुसलमान एक
एक त्यांचा निषेध
सर्व मुसलमान एक
का...
का मानव एक?
हिंदू एक, मुसलमान एक

गुलमोहर / १०३

पण हिंदू आणिक
मुसलमान मात्र अलग-अलग
हिंदू अधिक हिंदू= माणसे= भारतीय
मुसलमान अधिक मुसलमान= मुसलमान
मुंबईला 'माणसांची' कत्तल झाली.
निषेध नाही नोंदविणार?
गुजरातमधल्या कत्तली?
अरे ते 'मुसलमान' होते
निषेध माणसांच्या हत्येचा करायचा असतो
मी विचारले नाही
हिंदूंनी केलेल्या कत्तलींचा हिंदू म्हणून निषेध
का केला नाही?
कारण...
माहीत होते मला त्याचे कारण!

३४. तुकड्यांत कापला गेलेला मी!

दोन तुकड्यांत कापला गेलेला मी
मला आडवा कापणारे आणि
माझे तुकडे करणारे
बाबरी-पूर्व भारत, बाबरीनंतरचा हिंदुस्थान!
अर्धा देह माझा भारतात
आणि
अर्धा देह हिंदुस्थानात
माझ्याच मातृभूमीत परका मी

ज्यांनी हजारो वर्षांपासून
अत्याचार केले गोरगरिबांवर
तळागाळांतील बहुजनांवर
ज्यांनी परकीयांची पत्करली होती
गुलामगिरी
इथल्या अठराव्या शतकातील
सामाजिक सौहार्द उद्ध्वस्त करण्यासाठी
ज्यांनी
जमातवाद पोसला
बहुजनांच्या स्वातंत्र्यलढ्यांत
केली गद्दारी

गुलमोहर / १०५

ते झाले भारतीय राष्ट्रवादाचे संरक्षक
स्वातंत्र्य आंदोलनात हजारोंच्या संख्येने
हौतात्म्य पत्करणारे
झाले परकीय
देशावर या
हक्क इथल्या भूमिपुत्रांचा नाही तर
हा देश आता धर्मांचा, धर्माचार्यांचा
या देशावर हक्क त्यांचा
ज्यांनी पिकविली विषमता
लादली गुलामगिरी
स्त्रियांवर, बहुजनांवर
येथे आता
राष्ट्रवादी असणे आणि परकीय असणे
हे धर्मावरून ठरणारे
येथे धर्माचा मानवतेशी संबंध नाही तर
धर्माचा संबंध राष्ट्रीयत्वाशी
धर्माचा संबंध
परधर्मीयांच्या सामुदायिक कत्तलीशी
बुद्धाची करुणा
सत्य-अहिंसा गांधींची
बाबरीने उद्ध्वस्त करून टाकलेली
स्वतःच्या जन्मभूमीत महात्माच परका
कबीर, निजामुद्दीन, शेखमहंमद
तुकारामाच्या देशात या
मी परका
बाबरीच्या आधी भारतीय
आणि बाबरीनंतर
परकीय!

❖❖

३५. युगायुगांच्या पांथस्था

अस्तंगत रवीचे शल्य हृदयी
बाळगुनी विराजलेली सांज
क्षणाक्षणांनी अंधाराचे
पसरूनी जाळे
कितीक स्वप्ने
पेटविते अस्मानी
डोंगर झिजतो कणाकणांनी
हा व्याकुळलेला वारा
विरहगीताचे सूर घेऊनी
हिरवट धुरकट चराचरांतुनी
भटकत आहे
दमलेल्या पक्ष्यांच्या रांगा
दूर दिशांना बिलगत आहेत
निरामय आसमंत सारा
व्याकुळ असा रडतो आहे
पाजळुनी विखारी निळे दिवे
बाळगुनी भुंकती श्वानसेना
शहर असे हे, उभे आहे
चाहुल घेत अनामिक अनाहुताची
कभिन्न काळा काळ कोळी

जाळे अपुले विणीत आहे
हे रडणाऱ्या अश्वत्थाम्या
रडू नकोस
छळते आहे तुझी वेदना
हे युगायुगाच्या पांथस्था
असा
वेड्यागत फिरू नकोस
दुःख तुझे ते माझे आहे
कदाचित
या डागळलेल्या संध्येला
तुझेच कोडे पडले आहे!

❖❖

www.ingramcontent.com/pod-product-compliance
Lightning Source LLC
LaVergne TN
LVHW090003230825
819400LV00031B/519